எதிரிகளால் முறியடிக்க முடியாத முப்பெரும் சாதனைகள்

பேரறிஞர் அண்ணா

ரிதம்

ரிதம் வெளியீடு

எதிரிகளால் முறியடிக்க முடியாத
முப்பெரும் சாதனைகள்
பேரறிஞர் அண்ணா ©

Edhirigalal Muriyadikka Mudiyadha
Mupperum Sadhanaigal
Perarignar Anna ©

1st Edition: September 2023
Pages: 88   Price: Rs. 90
ISBN: 978-81-19628-95-7

Published by:
Rhythm Veliyeedu
New No.58, Old No.26/1, 1st Floor,
Alandur Road, Saidapet,
Chennai - 600 015, Tamil Nadu, INDIA
Ph : (044) 2381 0888, 2381 1808, 4208 9258
E-mail : senthil@rhythmbooks.in
Web : www.rhythmbooksonline.com

Book Layout & Cover Design
Visual Vinodh - 9500149822

இன்றைய சூழலுக்குப் பாடநூல்

சமூக நீதிக்கு எதிரான போர் அபாயம் மூண்டிருக்கும் இன்றைய நிலையில் ஓர் அறிவாயுதமாக இந்நூல் வெளிவந்திருக்கிறது.

பேரறிஞர் அண்ணாதுரை அவர்கள் பொதுக்கூட்டங்களில் பேசிய 4 சொற்பொழிவுகளையும் சட்ட சபையில் ஆற்றிய 4 பேருரைகளையும் அடக்கியுள்ள இந்நூல் அரைநூற்றாண்டிற்கு முந்திய தமிழகத்தின் சமூக அரசியல் சூழ்நிலைகளை அறியத் துணைபுரிவதோடு இன்று தமிழகம் கண்டுள்ள முன்னேற்றத்திற்காக நடத்தப்பட்ட முயற்சிகளையும் உணர்த்துகிறது..

1937 ஆண்டு அண்ணா தம் 28 வயதில் முசிறி சுயமரியாதை மாநாட்டில் ஆற்றிய சொற்பொழிவு இந்நூலின் முதல் பகுதியாக இடம்பெறுகிறது. அதில் பார்ப்பனர் ஆதிக்கத்தைப் புகுத்த காங்கிரசாரும், அன்னிபெசன்ட் அம்மையாரும் அரும்பாடுபட்டனர் என்றும் பிராமண சமூகத்திற்கு நடுக்கமேற்பட்டபோது தேசியம் என்ற ஈட்டியை ஏவினர் என்றும் கூறியுள்ளவை இன்றைய சூழலில் பல புரிதல்களை அளிப்பதாக அமைகிறது.

இருமொழித் திட்டத்தை அறிவித்து முதல்வர் அண்ணாதுரை பேசிய சட்ட சபை உரை நம் கவனத்திற்குரியது. இந்தியை 1935 முதல் கழகம் எதிர்த்துப் போராடியதன் விளைவாகக் கட்டாயப்பாடமாக இருந்த இந்தி விருப்பப்பாடமானது என்றும் பின் ஆட்சி மொழி என்று அறிவிக்கப்பட்ட இந்தி இணைப்பு மொழியானது என்றும் குறிப்பிட்டுக் காங்கிரசார் சிலர் இந்தித் திணிப்பை எதிர்க்கமுடியாமல் மௌனமாக ஆதரிப்பதைக் கருத்தில்கொண்டு ‘எவ்வளவு கதரைப் போட்டாலும் தமிழ் உணர்ச்சிக் கதறிக்கொண்டு வருகிறது’ என்கிறார். இது போன்று அவர் உரைகளில் இழையோடும நகைச்சுவையும், மற்றவர்களைக் காயப்படுத்தாமல் தம் கருத்துகளை வற்புறுத்தி எதிரிகளையும் தம் வசம் திரும்பும் திறனும் இன்றைய அரசியல்வாதிகளுக்குப் பாடமாகும்.

மாநிலசுயாட்சியை வற்புறுத்தும் அவர் உரையில் மத்திய ஒன்றிய அரசு பலமாக இருந்து மாநில அரசுகள் பலவீனமானால் ஏற்படும் விளைவுகளை எடுத்துரைக்க வரலாற்றை மேற்கோள்

காட்டுகிறார். குப்த சாம்ராஜ்யத்தில் மத்திய அரசு பலமாக இருந்தது. முகலாய சாம்ராஜ்யத்தில் மத்திய அரசு பலமாக இருந்தது. பிரிட்டிஷ் சாம்ராஜ்யத்தில் மத்திய அரசு பலமாக இருந்தது. ஆனால் இன்று அந்தச் சாம்ராஜ்யங்கள் எவையும் இல்லை. இதே நிலை மத்திய அரசுக்கு வரும் என்று மறைமுகமாக அவர் எச்சரிப்பது . இன்றும் பொருந்துவதாகும்.

அண்ணாதுரை அவர்கள் தம் அரசின் முப்பெரும் சாதனைகளாகச் சுயமரியாதைத் திருமணச் சட்டம், இந்தி ஒழிப்பு, தமிழ்நாடு பெயர் மாற்றம் ஆகிவற்றைக் குறிப்பிட்டுத் தம் இறுதிச் சொற்பொழிவொன்றில் ஆற்றிய உரை இன்று தமிழகம் தனிதன்மையுடன் விளங்குவதற்காக நடத்திய நீண்ட போராட்டங்களை நம் கண்முன் நிறுத்துகிறது..

சனாதனச் சறுக்கலால் பின்னோக்கிப் பாயும் தேசத்தை முன்னோக்கி நகர்ந்த விரும்பும் களப்பணியாளர்கள் அனைவரும் வாங்கிப் படிக்கவேண்டிய நூல் இது.

உள்ளே...

1. முசிறி தாலுகா சுயமரியாதை மாநாட்டு உரை 7
2. சுயமரியாதைத் திருமணங்களை சட்டபூர்வமாக்குவோம்! 22
3. இந்து திருமண (தமிழ்நாடு திருத்த மசோதா) 18.07.1967 சுயமரியாதை திருமணம் 28
4. தமிழ்நாடு பெயர் மாற்றத் தீர்மானம் 18.07.1967 37
5. தமிழகத்தின் முதல் பேராசிரியர் பெரியார் 41
6. இந்திக்கு இங்கு இடமில்லை 51
7. மத்திய அரசுக்கு பலம் எதற்காக? 81
8. முறியடிக்கப்பட முடியாத முப்பெரும் சாதனைகள் 86

முசிறி தாலுகா சுயமரியாதை மாநாட்டு உரை

முசிறி தாலுகா மூன்றாவது சுயமரியாதை மகாநாடு துறையூரில் 22.08.1937 அன்று நடைபெற்றது. மாநாட்டின் தலைவர் அறிஞர் அண்ணா அவர் இயக்கத்திற்கு வந்த சமீபகாலத்திலேயே மாநாட்டுத் தலைவர் எனும் பெரும் பொறுப்பை நல்கினார் தந்தை பெரியார். அண்ணாவின் உரை வரலாற்றுப் பெட்டகம் வாசகர்கள் கவனமுடன் வாசித்து பயன் அடைவீர்...

தோழர்களே! சுயமரியாதை, அறிவு, அனுபவம், ஆண்டு யாவற்றாலும் என்னிலும் மிக்கார் பலரிருக்க, மிக சமீப காலத்திலே இயக்கத்தில் ஈடுபட்டு, தொண்டனாக இருந்து வரும் என்னை, இந்த மகாநாட்டிற்குத் தலைவனாக இருக்கும்படி கட்டளையிட்டது, எனக்கு வியப்பையே அதிகமாகத் தருகிறது. என் போன்ற வாலிபருக்கு, இது போன்ற கவுரவம் கிடைப்பது, காலப்போக்கையும், நமது இயக்கத்தின் வேகத்தையுமே காட்டுகிறது. என்னை இம்முறையில் கவுரவித்த உங்களுக்கு என் மனமார்ந்த வந்தனத்தைச் செலுத்துகிறேன்.

நமது இயக்கமே, கண்டோர் கேட்டோர் வியக்கும் விதமாகத் தோன்றி வளர்ந்துள்ளது. பத்து ஆண்டுகளுக்கு முன்னர் (1927), இவ்வளவு தீவிரமான ஓர் இயக்கம் தமிழ்நாட்டில்

தோன்றுமென யாரும் எண்ணியிருக்க மாட்டார்கள். சங்க காலத்திலே, ஆராய்ச்சியின் அரணாக விளங்கியது தமிழ்நாடே எனினும், தத்துவங்கள் எத்தனை தித்திக்கும் இயல்பினதாயினும் துருவிப்பார்க்கும் குணங்கொண்ட தமிழ்நாடே எனினும், "நெற்றிக் கண்ணைக் காட்டினும் குற்றங்குற்றமே" என்ற நக்கீரர் வாழ்ந்த நாடே எனினும், கபிலர் தோன்றிய நாடே எனினும், வள்ளுவர் வாழ்ந்த தமிழ்நாடே எனினும் இந்த பத்து ஆண்டுகளாகப் பணியாற்றிவரும் சுயமரியாதை இயக்கத்திற்கீடான முயற்சி, தமிழ்நாட்டிலே இதற்குமுன் தோன்றவேயில்லை. வாதங்கள் நிகழ்ந்தன; வியாக்யானங்களும், விருத்தியுரைகளும் வெளிவந்தன. ஒரு சீர்திருத்தவாதி ஒரு மதத்தின் கோட்பாடுகளை நிலைநாட்டவும், மற்றொரு சீர்திருத்தவாதி வேறொரு மதத்தத்துவத்தின் மகிமையைப் போதிக்கவும் தோன்றினர். ஆனால், அடிப்படையான ஊழலைக் கண்டுபிடித்து அலசிக் காட்டின இப்பக்கத்தைத் தோற்றுவித்து தமது தளரா - உழைப்பினால் வளர்த்து, இன்று எவ்வளவு பலமான சண்டமாருதத்தின் எதிர்ப்பையும் சமாளிக்கும் நிலைக்குக் கொண்டுவந்த தனிப் பெருமை நமது தலைவர் தோழர், ஈ.வெ.ராவுடையதேயாகும்.

எதிரிகள் கலக்கம் ஏன்? என்கிற கேள்வியை எந்த விஷயத்திற்கும் எழுப்பி, பகுத்தறிவின் விதையை ஆதி காலத்திலே சாக்ரடீஸ் கிரீஸ் - தேசத்திலே தூவினார். அதைப் போன்ற இயல்புடையாரே நமது ஈ. வெ. ரா. அவரது அரிய முயற்சியால் தோற்றுவிக்கப்பட்ட நமது இயக்கத்தைக் கண்டு திடுக்கிட்டது தமிழ்நாடு. அவர் எழுப்பிய கேள்விகளுக்கு, பதில் கூற முடியாது. பழைய ஏடுகளைப் புரட்டிக்கொண்டே திகைத்தனர் பலர். ஏசினர், ஏளனம் செய்தனர். ஆனால், ஆயிரக்கணக்கில் வாலிபர் அந்த இயக்கத்திலே ஈடுபட்டனர். எதிரிகள் கலங்கிவிட்டனர். நமது இயக்கத்தை நசுக்க முடியாதென்பதை உணர்ந்தனர், நமது கொள்கைகளில் பலவற்றை ஏற்றுக் கொள்ள, நான் முன்னே நீ முன்னே எனப் பலர் ஓடி வந்தனர்.

பணபலமின்றி, செல்வாக்கின்றி, ஓர் இயக்கம், எதிரிகளின் கொட்டத்தையும், விஷமிகளின் ஆர்ப்பாட்டத்தையும், முதலாளிகளின் எதிர்ப்பையும், கங்காணிகளின் கிறுக்கையும், சமாளித்து பத்தே ஆண்டுகளில் சரித்திரத்திலும் சமுதாயத்திலும் மதிப்பான ஓர் இடம் பெற்றதென்றால், அது நமது இயக்கமே என்பதில் யாருக்கும் சந்தேகமிராது என நம்புகிறேன்.

நமது இயக்கம், எல்லாத் துறைகளிலும், புத்தம் புதிய கருத்துகளை, தமிழருக்குத் தந்தது. மனப்புரட்சியை உண்டாக்கிற்று. வாலிபருலகை சிருஷ்டித்தது. மாதருலகைக் காட்டிற்று. எங்கும் அறிவு, எங்கும் ஆராய்ச்சி என்ற நிலை ஏற்பட்டது. கருத்துகளே, சமூக சிற்பிகளானால், சமூகமே தலைகீழாக மாறிவிட்டிருக்கும், உணர்ச்சியும் உற்சாகமும் பெருக்கெடுத்தோடின, மேனாட்டுப் படிப்பின் அறிகுறியான பட்டமும், கீழ்நாட்டுக் கோளாறுகளையுமே அணிகலனாகக் கொண்டிருந்த வாலிபர், இந்த இயக்கத்திலே, ஈடுபட்ட பிறகு புதியதொரு சக்தி பெற்றனர். நாம் வெகு வேகமாக, முன்னேறினோம். ஒரு நூற்றாண்டுப் போதனையை, பத்தாண்டுகளிலே செய்தோம். நிர்வாண இயக்கம் முதற்கொண்டு பொதுவுடைமைவரையிலே, நாம் போதிக்காத தீவிரக் கொள்கையே கிடையாது. போதனையுடன் மட்டும் நாம் நின்றுவிடவில்லை. நடைமுறையிலே பலபல செய்து காட்டினோம். ஜாதி விலங்குகளைத் தகர்த்தோம். மத ஆபாசங்களை அலசினோம். புராணக் குப்பையைக் கொளுத்தினோம். மாதரைச் சிறை மீட்டோம். விடுதலை முரசு கொட்டினோம். படை திரண்டெழுந்து, போர் பல புரிந்தோம். வெற்றி யாவுங்கண்டோம். “தமிழா! எழு! விழி! நீ மனிதனென்பதை உணர்ந்து கொள்! உன்னை, தந்திர வெளியில் போக ஒட்டாது தடுக்கும் ‘சனியன்களை விரட்டு’ என்று கூறினோம். மனித தத்துவத்தை மறைத்து வந்த முகம் வெறுக்க ஆரம்பித்தது. இவ்வளவு அரும்பெரும் பணிகளாற்றி நமது இயக்கம், எதிர் காலத்திலும், சளைக்காது உழைக்கும் என்பதற்கு சந்தேகமில்லை. அதனிடத்திலே, தோழர்களைக் கூவி அழைக்கும் சக்தி இருக்கிறது. அதனின்றும் எந்தப் பகுத்தறிவுவாதியும் தப்ப முடியாது. அதனிடத்திலே, விஷமிகளை விரட்டும் சக்தி இருக்கிறது. ஆகவே, அதனை அடக்க அழிக்க ஒருவராலும் முடியாது. நமது இயக்கத்தின் சக்தியைப் பற்றி எண்ணுகையில், வீரமே உருவென விளங்கி, நமது படையை நடத்தி வந்த நமது ஆருயிர்த் தோழர், அஞ்சா நெஞ்சினர், மாயவரச் சிங்கம், தோழர் நடராஜனைப் பற்றி எண்ணி மனங் கசியாதார் இங்கு யாரிருப்பார்? நமது அருமைத் தோழரை இழந்தோம். இனி அவர் போன்றாரைக் காண்பது அரிது. சுயமரியாதை உலகம், அவரை என்றும் மறக்காது. ‘அத்தகையோர் சேவை தியாகம், இவைகளல்லாது நமது இயக்கத்திற்கு உறுதுணைகள் வேறென்ன வேண்டும்?’

தோழர்களே, நாம் சுதந்திரம், சகோதரத்துவத்தை விழைகிறோம். இவ்விரண்டும் சமுதாயத்திற்குத் தேவையாக இருக்க, அவைகளை, நாம் நகர முடியாதபடி, நம்மைத் தடுக்கும் காரணங்களை

ஆராய்ந்து கண்டுபிடித்தோம். நமது நாட்டிலே, ஆரியர் பிரவேச காலமுதற்கொண்டு, சமூகச்சனியன்கள் தாண்டவமாட ஆரம்பித்தன. பழங்குடி மக்களான திராவிடர் நாகரிகத்தில், பாஷையில், அரசியலில், சமூதாயத் துறையில், கலைகளில் உச்சநிலை அடைந்திருந்தனர். திராவிட நாகரிகத்தின் மேம்பாடு, சமீபத்திலேயே 'மொகஞ்சதாரோ – ஹரப்பா' கல்வெட்டுகளினின்றும் நன்கு தெரிய வருகிறது. அவ்வளவு உச்சநிலையில் இருந்து வந்த நாம், ஆரியரின் சேர்க்கைக்குப் பிறகு, நடைப்பிணங்களாக மாறினோம். திராவிடர் அடிமைப்படுத்தப்பட்டனர். இரும்பு விலங்குகளாலல்ல! ஆனால் மத, சாஸ்திரங்களால் திராவிடர் கலை கொலைசெய்யப்பட்டது. அவர்களது அரசியல் ஆதிக்கம் அழிக்கப்பட்டது. சமூகத்திலே அவர்கள் ஆரிய தாசர்களாக்கப்பட்டனர். ஆரியர் அன்று வகுத்த திட்டம் மிருகத்தனத்தை, சுயநலத்தை, சூழ்ச்சியையே அடிப்படையாகக் கொண்டது. ஆரியரின் ஆணவத்திற்கு, மனுவைவிட வேறு உதாரணமும் வேண்டுமோ? மனு மாண்டான்; மனுநீதி மறைந்தது என்றும் கூறுபவருளர். ஆனால், மனுவின் மனப்பான்மை இன்றும் நீங்கியபாடில்லை. அன்று அவர்கள் போட்ட திட்டம், வழி வழியாகத் தொடர்ந்து வந்தே, நமது நாட்டை அடிமைக் குழியில் அஞ்ஞானச் சேற்றில் அமிழ்த்தி அந்நியரின் ஏளனத்திற்கு இலக்கானதாக்கிற்று. அந்த உண்மையை, அச்சம், தயை, தாட்சண்யமின்றி மக்களுக்கு எடுத்துக் கூறியவரும் நாமே!

நமது இயக்கத்தின் வேகத்தைத் தாங்கமாட்டாது நமது எதிரிகள், நம்முடன் நேர்முகமாக நின்று போர்புரிய ஆண்மையின்றி பின் புறமாக வந்து நமது முதுகிலே ஈட்டியால் குத்தினர். அந்தக் காயத்தினின்றும் ஒழுகும் இரத்தங்கூட இன்னும் உலரவில்லை. அந்த நிலையில்தான் நாம் இன்று கூடியுள்ளோம். பார்ப்பன பாதுகாப்புச் சபை மத ஆபாசங்களை வகுத்து வைத்த ஆரிய சூழ்ச்சி, பிராமணருக்கு இன்றும் பெருந்துணையாக இருப்பதை யாவருமறிவர். சமூகத்திலே உயர்ந்த ஜாதியாகவாயினும், 'போதகாசிரியர்களாகவும்', 'வழிகாட்டிகளாகவும்' வாழ்ந்து, ஏகபோகமிராசு செலுத்தும் பிராமணரின் ஆதிக்கத்தை ஒழித்தால்தான் நாம் சுதந்திரத்தையோ, சகோதரத்துவத்தையோ அனுபவிக்க முடியும் என்கிற உண்மையை நாம் கண்டறிந்தே, அப்போரைத் துவங்கினோம்.

நமது இயக்கத்தின் அறிவுச்சுடர் எங்கும் வீசவே, அந்தகாரம் மறைந்தது. பிராமண ஆதிக்கத்தை பொதுமக்கள் வெறுக்கலாயினர். அந்த ஆதிக்கத்திற்கு அடிப்படையாக உள்ளவற்றை உதறினர். இதுகண்ட அச்சமூகத்திற்குக் குலை நடுக்கமெடுக்கலாயிற்று. தமக்கு

வந்துள்ள ஆபத்தை நன்கு உணர்ந்தனர். உடனே அவர்கள் நம்மீது 'தேசீயம்' என்கிற ஈட்டியை ஏவினர். காங்கிரசின் துணையால் இன்று பிராமணராதிக்கம் நிறுவிக்கப்பட்டுவிட்டது. பார்ப்பனராதிக்கம் என்றால், இன்று முதல் மந்திரியாக ஓர் ஆச்சாரியார் இருப்பதையோ, அன்றி பார்ப்பனர்கள் மந்திரிகளானதையோ நான் குறிப்பிடவில்லை. இன்றைய மந்திரி சபையில் 10 பேரும் பிராமணரல்லாதாராக இருந்தால்கூட, இது பார்ப்பனராதிக்கம்தான்! ஏனெனில், இந்த மந்திரி சபையை, இதை ஈன்ற காங்கிரசை ஆட்டி வைப்பது, தென்னாட்டிலே பிராமணர்தாம்!

இந்த மந்திரி சபையின் போக்கு, கொள்கை பிராமணிய வளர்ச்சி. மனு ஆட்சிக் காலத்திலே பஞ்சமாபாதகம் செய்தாலும், பிராமணர் எப்படி தண்டனை பெறாது வாழ்ந்துவர ஏற்பாடாகி இருந்ததோ, அதைப்போன்றே இன்றும், 'துரோகி', 'கட்டுப்பாட்டைக் குலைத்தவர்,' 'கட்சியின் மானத்தைக் காற்றில் பறக்கவிட்டவர்,' என்ற அடைமொழிகளை அகில இந்திய காங்கிரஸ் கமிட்டியிடமிருந்து பெற்ற திருச்சி டாக்டர் ராஜன், ஆச்சாரியாரிடமிருந்து மந்திரி பதவியை பரிசாகப் பெற்றார். அதற்காக ஆச்சாரியாரையும், டாக்டர் ராஜனையும் தேசம் புகழ்கிறதாம்; வாழ்த்துகிறதாம். இதில் குற்றங்கண்டு பிடிப்பவர் தேசத்துரோகிகளாம். இந்த மனோபாவத்தை, இந்த நிலைமையைத்தான் நான் 'பார்ப்பன ராஜ்யம்' என்று கூறுகிறேன். இந்த நிலையை இன்று, 'ஆச்சாரியார் திருவடிகளே சரணம்' என்றிருக்கும் தோழர் முத்துரங்கமே முதன் மந்திரியானால்கூட மாற்ற முடியாது ஏனெனில், தென்னாட்டில் காங்கிரசின் அமைப்பு இருக்கும் விதத்தைப் பார்ப்போருக்கு, அது வெறும் 'பார்ப்பன பாதுகாப்புச் சபை' என்பது நன்கு புலனாகும். பார்ப்பனர் ஆதிக்கத்தை அரசியலிலே புகுத்த அன்னிபெசன்ட் அம்மையார் அரும்பாடுபட்டார். ஆனால், டாக்டர் நாயரின் கோபக் கனல், அம்மையாரைப் பொசுக்கிவிட்டது. லிபரல் கோஷ்டியினர் பார்ப்பன ஆதிக்கத்தை அரசியலிலே நுழைத்தனர். அந்தக் கோஷ்டியை பானகல் அரசரின் பரிவாரங்கள் சின்னாபின்னப்படுத்திச் சிதறடித்து, உருவின்றி கேட்பாரற்ற நிலைக்குக் கொண்டுவந்துவிட்டது. உயர்தரப் படிப்பின் மூலம் சர்க்கார் துதிபாடியும் பிராமணர்கள் உத்தியோக சாலைகளை அக்ரகாரமாக்கினர். அது கண்டு பிராமணரல்லாதார் உரிமைக்காக, ஜஸ்டிஸ் கட்சி உதயமாகி, அடங்காப்பிடாரிகளை அடக்கிற்று. சமுதாயத் துறையிலே, நமது இயக்கம் தந்துவந்த சமஉரிமைப் போதனையை, அரசியலிலே வகுப்புவாரிப் பிரதிநிதித்துவம் என்கிற

பெயரால், ஜஸ்டிஸ் கட்சி புகுத்திற்று. மதத்தின் பெயரால், பிராமணர், மற்றைய வகுப்பினரை அடிமைப்படுத்து வதையும், அதனாலான கேடுகளையும், மார்க்கத்தையும் நாம் போதித்தோம். அரசியல் துறையிலேயும், உத்தியோக மண்டலத்திலும் பிராமணராதிக்கம் உண்டான விதத்தையும், அதன் பயனாக விளையும் கேடுகளையும் மற்றைய வகுப்பார் விடுதலை அடைந்து சமஉரிமை பெறும் மார்க்கத்தையும், சட்டசபைகளிலே, ஜஸ்டிஸ் கட்சி கடைப்பிடித்து வந்தது.

ஆக இரு சாராரும், சமுதாய விடுதலைக்கே பாடுபட்டு வந்தோம். தென்னாட்டில் துவக்கப்பட்ட சமஉரிமைப் போராட்டத்தில் சுயமரியாதை, ஜஸ்டிஸ் ஆகிய இரு படையினர் இருவித போர்முனையிலே நின்று யுத்தம் செய்தனர். ஆகவே, ஒருவருக்கொருவர் தோழமை பூண்டு, ஒத்துழைக்க வேண்டிய அவசியம் ஏற்பட்டது. இந்தப் போரிலே, சமுதாயத் துறையிலே நாம் வெற்றிபெற்றது போலவே, அரசியலிலும், மகாகனம் சாஸ்திரியார் ஒப்பாரியிடும் அளவிற்கு ஜஸ்டிஸ் கட்சி வெற்றி பெற்றது. இன்று எங்கும் தோல்வி சோகம், சோர்வு, அந்தகாரமாகவே இருக்கிறது. இரண்டு மூன்று ஆண்டுகளாக, மேனிமினுக்கிகளாக ஜஸ்டிஸ் தலைவர்கள் இருப்பதைக் கண்ட நாம், பிராமணர்கள் காங்கிரசின் துணைகொண்டு வலுத்தும் பெருத்தும் வருவதைக் கண்டு பிராமணரல்லாதாரின் எதிர்கால அரசியல் வாழ்வு கெடுமே என்று அஞ்சி, அந்தக் கேடு, பெருத்த இயக்கமாகிய நமது சுயமரியாதை இயக்கத்தையும் பாழ்படுத்துமே என்றெண்ணி, தேர்தல் பிரச்சாரம் செய்தோம். மதப்புரட்டை எடுத்துரைத்து வந்ததோடு நில்லாது அரசியல் புரட்டையும் எடுத்துக் கூறினோம். ஆனால், நாம் வெற்றி பெறவில்லை "மஞ்சள் பெட்டியை நம்பியே நாங்கள் மதி மோசம் போவோம்" என்று மக்கள் கூறிவிட்டனர்.

வெற்றி - தோல்வி சகஜம், என்று வேதாந்தம் பேசிவிட்டு ஜஸ்டிஸ் கட்சித் தலைவர்கள் குறட்டைவிட ஆரம்பித்து விட்டனர். ஆனால், இந்த அரசியல் தோல்வி, தமிழரை விரட்ட, ஆரம்பித்துவிட்டது. தலைகீழ் நியாயம் நடைபெறுகிறது. உருவான சமுதாய நன்மைகளுக்குப் பதிலாக ஜாலங்களும், வேடிக்கைகளும் காட்டப்படுகின்றன. வகுப்புவாரிப் பிரதிநிதித்துவத்தின் உயிர் ஊசலாடிக்கொண்டிருக்கிறது. இந்துமத தர்ம பரிபாலன சட்டத்தைச் சிதைக்க ஆயுதங்கள் சேகரிக்கப்பட்டிருக்கின்றன. இனாம் சட்டத்தையும் உடைக்க ஏற்பாடாகி வருகிறது. இவைகளை மறைக்க,

முதன் மந்திரியார் துணி தோய்க்கும் காட்சியும், சட்டை போடாத கனம் சாம்பமூர்த்தியும், பொதுஜனங்களிடை காட்டப்படுகின்றனர்.

சடுதியில் சுட்டிக்காட்டக்கூடிய இக்கேடுகள் ஒருபுறமிருக்கட்டும். இன்று காங்கிரஸ் மந்திரிசபை பிராமண ஆதிக்கத்திற்கான சட்டங்களைச் செய்தால், நாளை தமிழர் வீரராகி அரசியல் நடத்துங்காலை அரை நொடியில் அழித்துவிடலாம். ஆனால், இந்த ஆட்சியின் பயனாக நேர்முகமாக நேரிடும் கேடுகளைவிட, மறைமுகமாக வரும் கேடுகளே மிகமிக ஆபத்தானவை. தமிழன் மனதை இந்த பத்தாண்டுகளாக நாம் பாகுபாடுபடுத்தி ஒரு நிறைக்குக் கொண்டு வந்துள்ளோம். அதனை அழித்து புராதன காலத்திற்கன்றோ நமது மக்களை காங்கிரஸ் இழுக்கின்றது. அதுவன்றோ பெருங்கேடு. அதனையன்றோ நாம் அடியோடு அழித்தாக வேண்டும்.

விஞ்ஞான வளர்ச்சி தேவையென நாம் கூறினால், மின்சாரத்தில் ஆண்டவன் ஜோதி தரிசனங் காணலாம் என்கிறார் ஆச்சாரியார். புதுக்கருத்துகளை கற்றுணர் என நாம் போதித்தால், துளசிதாசரின் இராமாயணத்தைப் படித்து ரசிக்கச் சொல்லுகிறார் முதன் மந்திரியார். பகுத்தறிவிற்காக நாம் பாடுபடுகிறோம்; கட்டளைகளை மீறாதே, அலசாதே, வாய்பொத்தி கைகட்டி நின்று பணியாற்று என்கிறார் காங்கிரஸ் சூத்திரதாரி. ஜாதி வித்தியாசத்தைத் தவிடு பொடியாக்க வேண்டுமென நாம் கூறுகிறோம். சேரிக்கு ஒருநாள் சென்று எண்ணெய் தானம் செய்துவிட்டு, புதிய அடிமைப்பட்டம் சூட்டினால் போதுமே என்கிறார் ஆச்சாரியார். விமானம் பறக்கும் மேனாட்டைக் கண்டு வியக்கிறோம் நாம். கைராட்டையின் கானத்தைக் கேட்டு களி என்கிறார் முதன் மந்திரியார். வாழ்க்கையில் இன்பம் வேண்டுமே என்கிறோம் நாம். அது, ஏன்? ஆன்மிகத்திலே கவனமாயிரு என்கிறார் அவர். கிராமங்களின் பிணி, வறுமை நீங்கி, நாகரிகம் ஓங்கி கல்வி வளரவேண்டாமா? என்கிறோம் நாம். ஒரு கைராட்டை, ஒரு கலப்பை, ஓர் எருமை, வெல்லக்கட்டி, இது போதாதா என்கிறார் அவர். மக்களின் வாழ்க்கை புதியதாகி அவர்கள் நிலை உயர்ந்து சீருடன் வாழ வேண்டுமென்கிறோம் நாம், பண்டைப் பெருமையை எடுத்துக்காட்டி, எளிய வாழ்க்கையே மேலெனெ உபதேசம் செய்து, மக்களை வறுமையிலேயே விட்டு விடுகின்றார் அவர். சுருக்கமாகக் கூற வேண்டுமானால் நாம், முன்னேற்றம் வேண்டுகிறோம்; அவர், ஆதிகாலத்திற்கு நம்மை அழைக்கிறார். சாதாரணமாக அழைக்கவில்லை. ஒரு மகாத்மாவின் பெயரைக் கூறுகிறார், ஒரு தேசிய இயக்கத்தின் பேரால் அழைக்கிறார்.

அதிலும், இன்று ஒரு மாகாண முதன் மந்திரியாக இருந்துகொண்டு அழைக்கிறார். பத்திரிகைகளும் பிரச்சாரகர்களும், கீதங்களும், கோதையர்களும், ஆச்சாரியாரின் திருப்பாசுரத்தை ஒலிக்கின்றனர். இதுவே நமக்கு இப்போது ஏற்பட்டுள்ள ஆபத்து. எவ்வெவைகளை நாம் மூடத்தனமென விளக்கிக் காட்டி குப்பையில் வீசி எறிந்தோமோ அவைகளெல்லாம் புதிய மெருகிடப்பட்டு விலையாகின்றன. இதனை நாம் தடுக்காவிடில் நாம் இந்தப் பத்து ஆண்டுகளாகச் செய்ததன் பலனைத் தமிழர் இழந்து விடுவர். ஆகவே, நாம் அரசியலின் பேரால் ஏற்பட்ட பார்ப்பன ஆதிக்கத்தையும், மூடநம்பிக்கைகளையும் எதிர்த்து முன்னிலும் அதிகப் பலமாக, கட்டுப்பாடாக முறையுடன், வீரத்துடன் உண்மைத் தமிழர் என்கிற உணர்ச்சியுடன் போரிட வேண்டியது மிக்க அவசியம்.

இனி நமது எதிர்காலப் போராட்டத்தின் அவசியத்திலே யாருக்கும் அய்யமேற்படாதென்றே நான் நம்புகிறேன் - நமது போராட்டத்தின் காரணத்தையும் விளக்கியுள்ளேன். அதனை உணரும் தோழர்களுக்கு நாம் எங்கிருந்து போர்புரிய வேண்டும் என்பதை எடுத்துக் காட்ட வேண்டிய அவசியமில்லை எனக் கருதுகிறேன், மனுவைக்கொண்டு நம்மை அடக்கிய பார்ப்பனர், மகாத்மாவின் காங்கிரசைக்கொண்டு, இன்று அடக்க ஆரம்பித்திருக்கிறார்கள் என்பதை யாரும் மறுக்க மாட்டார்கள். ஆகவே, அந்தக் காங்கிரசிடமோ, அதனுடைய நிழலிலே பதுங்கி, ஒதுங்கி நின்று, கட்டியங்கூறி வாழும் வேறு கோஷ்டிகளிடமோ, நாம் சேர எத்தகைய நியாயமும் கிடையாது என்றே எண்ணுகிறேன். தேர்தல் தோல்வி கண்டு, தலைவர்கள் திடுக்கிட்டுப் போய்விடக்கூடும். போலிகள், மருண்டுவிடக் கூடும். சமய சஞ்சீவிகள் கூடுவிட்டுக் கூடுபாயக்கூடும். புகழ் மாலை வேண்டுவோர், 'புதிய தேவதைகளை'ப் பூஜிக்கத் தொடங்குவர். ஆதாயம் கிடைக்கப் பெறாதவர், 'வேறு நாயகனை' அண்டிப்பிழைக்க எண்ணுவர். ஆனால், இயக்கத்தில் இரண்டறக் கலந்தவர் வேறு இடம் நாடார். வேறு இடங்களில் இருந்து கொடுமைகளைக் கண்டு சகியாது குமுறிக்கொண்டிருக்கும் பலரை இங்கு இழுக்கவே முற்படுவர். நாம் ஒழிக்க விரும்பும் ஆதிக்கம் - சாமான்யமானதல்ல. அந்த வகுப்பார் தமது நிலைமையைப் பாதுகாத்துக் கொள்ள சமூகத்தின் ஜீவநாடிகள் அவ்வளவையும் பிடித்துக் கொண்டே, நம்மை ஆட்டி வைக்கின்றனர். ஜெர்மன் அதிகாரியான ஹெர் ஹிட்லர், ஜெர்மனி தேசத்திலே யூதர்கள் ஆதிக்கம் செலுத்தி வந்ததை தமது சுயசரிதையில் விளக்கி இருப்பதைப் படிப்போர் தென்னாட்டிலே

பார்ப்பனராதிக்கம் இருந்து வருவதனால் விளையும் சமூகக் கேட்டை நன்கு உணர்வர்.

“பெரிய தொழிற்சாலைகளெல்லாம் யூதர்களிடமே இருந்தன. சர்வ கலாசாலைகளில் யூதர்களே. கலா மண்டலங்கள் அவர்கள் கரங்களிலே. புலவர்கள் யூதர்களே. பத்திரிகைத் தொழில் அவர்களுடையதே. மந்திரிசபை அவர்கள் கைப் பாவை. விஞ்ஞானம் அவர்கள் சொத்து. சமதர்மம் அவர்களுடையது; செல்வம் அவர்களிடம்; வறுமை ஜெர்மனியரிடம். ஆதிக்கம் அவர்களிடம்; அடிமைத்தனம் ஜெர்மனியரிடம். ஆனந்தம் அவர்களிடம்; சோர்வு ஜெர்மனியரிடம். ஆகவே, நான் யூதர்களை வெறுத்தேன். எனக்கு அரசியல் அதிகாரம் வந்தால் என் முதல் வேலை யூதர்களின் ஆதிக்கத்தை ஒழிப்பதேயாகும்” என ஹிட்லர் சுயசரிசையில் எழுதினார். எழுதியபடி செய்தும் முடித்தார். எந்த நாட்டிலும் எந்தக் காலத்திலும் ஏதாவதொரு வகுப்பு சமூகத்தின் ஜீவநாடிகளைப் பிடித்துக் கொண்டு ஆதிக்கத்தை வளர்த்துக்கொண்டு, மற்றைய வகுப்பினரை அடிமைப்படுத்தி, சமூகத்திலே பிரிவுகளை வளர்த்து வருகிறதோ, அந்த வகுப்பின் ஆதிக்கத்தை ஒழிக்க, மற்றைய வகுப்பினர் ஒன்று கூடி புரட்சி செய்வது சரித்திரம் சாற்றும் உண்மை. அது மிக முரட்டுத்தனமான முறையிலே, ஜெர்மனியிலே நடந்தது. அடக்கு முறைகளைக் கொண்டு ஹிட்லர் யூதர் ஆதிக்கத்தை ஒழித்தார். நாம் அறிவு எனும் ஆயுதம் கொண்டு அந்த ஆதிக்கத்தை ஒழிப்போம்! இந்தப் புரட்சி மனப்பான்மையை மாற்றவே தேசியம் மிக தாராளமாக தென்னாட்டிலே பரிமாறப்பட்டது. அந்தப் போதை சற்று தெளியும் காலம் வந்துவிட்டது. தேசியத்தை போக்காகக் காட்டி மற்றைய வகுப்பினர் உத்தியோகம் ஏற்று நடத்தியபோது, அவர்களை தேசத்துரோகிகள், பிற்போக்காளர் என்று கூறியதன் உள்மர்மம் இன்று வெளியாகிவிட்டது. சர்க்காரைத் தூற்றியவர்கள், சட்டாம்பிள்ளைகளாகிவிட்டனர். மந்திரிகளைக் கண்டித்தவர்கள் தந்திரத்தால் மந்திரிகளாகி விட்டனர். ‘சாத்தான் சர்க்கார்’, ‘எனது சர்க்கார்’ என கனம் வி.முனுசாமிப் பிள்ளையால் அர்ச்சிக்கப்பட்டது. வெள்ளையரை விரட்டப்போன வீரர், வெள்ளையர் சம்பளத்தைத் தொடலாமா? அது பாபமல்லவா? பாரபம் தூர தேசத்திலிருந்து வந்துள்ள அவர்களை விரட்டலாமா? என்று கூறுகின்றனர். விருந்துகளையும் வைபவங்களையும் வெறுத்தவர்கள் வாரத்திற்கு பத்து விருந்து உண்டு வருகின்றனர். என்ன செய்தது ஜஸ்டிஸ் கட்சி என்றவர்கள், பானகல் அரசரை இன்று புகழ்கின்றனர். கண்டறியாதன கண்டோம். இன்னும்

சில நாள்களில் தேசிய வேடதாரிகளின் திருவிளையாடல்களைக் கண்டு மக்கள் கண்டிக்கத்தான் போகிறார்கள். இடையே, ஆவேசப் பேச்சினால், மக்களை வலையில் காட்டலாமென, காங்கிரசில் ஒரு பகுதியினர் அபேதவாதத்தை அள்ளி வீசி வருகின்றனர். அபேதவாதத்தை தமிழ்நாடு அறியும்படி செய்தவர் சு. ம. இயக்கத்தினரேயாகும், அன்று அதை எள்ளி நகையாடி சர்க்காரை ஏவி விட்டவர்கள் இன்று அபேதவாதத்தின் தர்மக் கர்த்தாக்களாக காட்சியளிக்கின்றனர் அபேதவாதத்தின் மன எழுச்சியை மட்டுமே அவர்கள் உணர்ந்தனரேயன்றி, அபேதவாத சமூகத்தை எந்த அஸ்திவாரத்தின் மீது கட்டுவதென்ற விஷயத்தை ஆராயவே அவர்கள் பயப்படுகிறார்கள். அது ஒழிக! இது ஒழிக! என்று ஒரு முறை கூவிவிட்டு, உடனே, இவர்கள் எதனை ஒழிப்பதற்கு என முனைக்கின்றனரோ, அதனை வளர்ப்பதிலேயே காலந்தள்ளி வருபவர்களை, "அவர் வாழ்க! இவர் வாழ்க!" என்கின்றனர்.

காங்கிரசிலே, தீவிரக்கொள்கையும் சமதர்ம வேட்கையுங் கொண்ட ஒரு கோஷ்டி இருப்பதும், பலத்த கிளர்ச்சி செய்து, காங்கிரசைக் கைப்பற்ற வேண்டும்; முடியும் எனக் கருதி, பேசி வருவதும், யாவருமறிந்ததே. இந்தக் கோஷ்டியினர், பண்டித ஜவஹர்லால், காங்கிரஸ் தலைவரானவுடன், தமது நிலைமை பலப்படும், உயரும் என உள்ளபடி எண்ணினார்கள். அதற்குக் காரணம், அலகாபாத் பண்டிதர், அபேதவாதத்தை அள்ளி, அள்ளி தமது பிரசங்கங்களில் தருவதேயாகும். ஏகலைவன் கதை போல, சமதர்மிகள், பண்டித ஜவஹரைத் தமது தலைவர் என்று கருதுகின்றனரே தவிர, அவர் காங்கிரஸ் சமதர்மக் கட்சியில் இல்லை. ஏகலைவனிடம் துரோணாச்சாரியார் கைக் கட்டைவிரலைக் காணிக்கை கேட்ட கதைபோல பண்டிதர் சமதர்மிகளின் சிகப்புக் கொடியைக்கூட தேசிய கொடியுடன் சேர சம அந்தஸ்துடன் பறக்கவிட சம்மதிக்கவில்லை. நிற்க, தம்முடன் இரண்டறக் கலக்க மறுக்கும் பண்டிதரைத் தலைவரெனக் கொண்ட காங்கிரஸ், சமதர்மக் கோஷ்டியினர் அபேதவாதப் போர், ஏகாதிபத்திய எதிர்ப்பு, சீர்திருத்தத் தகர்ப்பு என்பன போன்ற ஆவேச இலட்சியங்களையே பெரிதும் தமது ஆயுதமெனக்கொண்டு மற்றைய கட்சியில் சமதர்மப் பற்று கொண்டவர் இருப்பினும், அவர்களைத் தூற்றி வருவதுடன் தமது போக்கே சரியென வாதாடியும் வருகின்றனர்.

இன்று சமதர்மத்தைப் பேசாதவர்கள் யார்? என்பதுதான் நமக்குத் தெரியவில்லை. குமாரமங்கலம் ஜமீன்தார் டாக்டர் சுப்பராயன் சமதர்மம் பேசுகிறார்! பர்மாவில் வட்டி வியாபாரத்தால்

பணத்தைக் குவிக்கும் செட்டிமார் சந்தர்ப்ப சமதர்மம் பேசுகிறார்கள். வர்ணாஸ்ரமி வரையறுக்கப்பட்ட சமதர்மம் பேசுகிறார். வாலிபத்தோழர்கள் வீர சமதர்மம் பேசுகின்றனர். தொழிலாளத் தோழர்கள் ரஷ்ய சமதர்மம் பேசுகின்றனர். பழமை யாவிலும் புதுமை காணும், சாது அச்சுக் கூடத்து வீர உரையாளர் தோழர் வி.க.சன்மார்க்க சமதர்மத்தைத் தாம் விழைவதுடனன்றி, உலகிற்கும் எடுத்தோதி வருகின்றார். இனாம் சட்டத்தை நிறைவேற்றியபடி சட்டபூர்வமான சமதர்மத்தை ஸ்தாபிப்போம் என ஜஸ்டிஸ் வாலிபரும், சு.ம. தோழர்களும் கூறுகின்றனர். இவர்கள் யாவரைக் காட்டிலும், அசல் சமதர்மத்தை ஆர்வத்துடன் பேசுவதாக காங்கிரஸ் சமதர்மிகள் கூறுகின்றனர். காங்கிரசல்லாத வேறு ஸ்தாபனத்திலிருந்து கொண்டு, சமதர்ம போதனை செய்ய இயலாது என்று எண்ணி, கதரைக் கண்டித்த தோழர்களும், கைராட்டையை ஒடித்த வீரர்களும் காங்கிரஸ் மீது வயிறு கடுக்க வசைபுராணம் பாடிய சூரர்களும், இன்று சமதர்மத்தைத் தேடிக்கொண்டு, காங்கிரசிற்குச் சென்றனர். அங்கு அத்தோழர்கள், சமதர்மத்தைக் காணவேண்டி, கதர் ‘பாட்ஜ்’ போட மறுத்தவர்கள், கதர் கீதம் பாடிப் பார்த்தனர். கதரால் கிராமவாசி உணர்ச்சியையும் பறிகொடுத்து விடுகிறான் எனக்கூறியவர் ‘கை ராட்டையே’, ‘சுயராஜ்ய பாட்டையே’ என கீதம் பாடினர். ஜே போட்டனர். மாதாவை வேண்டினர். இவ்வளவு செய்தும், இவர்கள் கண்டது என்ன? சமதர்மமா? இல்லை. தங்கள் நிலைமை உயர்ந்ததா? கிடையாது மற்றைய கட்சிகளில் ஜமீன்தாரரும், பணக்காரரும் இருக்கிறார்கள். ஆகவே, அக்கட்சிகளில் இருந்தால், பணக்காரனுக்குக் கூலியாகிவிடும், வெட்கக்கேடான நிலைமை வந்துவிடுகிறது. அது நமது சமதர்மக் கோட்பாட்டிற்கே விரோதம் என்று மற்றையோருக்கு உபதேசம் செய்து விட்டு, தோழர்கள் காங்கிரசுக்குச் சென்றவுடன், பழைய ஜமீன்தாரரும் பணக்காரரும், புதிய குபேரக் குட்டிகளுந்தான் இவர்கள் முன் புன்சிரிப்புடன் நின்றனர். சமதர்மிகள் சிறிது திகைத்தனர். பயன் என்ன? மாலையில் சமதர்மம் பேசுவதும், காலையில் செல்வந்தரிடம் குஷாலாகக் கூடி வாழ்வதுமாக இன்று காலங்கழிக்கின்றனர். காங்கிரசுக்குப் போகும் போது, பணக்கார ஆட்சியை - அமலை அதிகாரத்தை - செல்வாக்கை, ஒழிப்போம் என்று கட்டிய கங்கணத்தை அவிழ்த்துப் போட்டுவிட்டு, அதே பணக்காரருக்கு ஓட்டு சேகரிக்கும் வேலையில் மும்முரமாக ஈடுபட்டனர். வேலை செய்த பிறகாவது, தமது கொள்கையை நிலை நாட்டமுடியுமா? பார்ப்போம் என்ற நிலைக்கு வந்தனர். ஆகவே, படிப்படியாக அவர்கள் ‘பேர’ சமதர்மம் பேசும்

ஆசாமிகளாய் விட்டனர். அந்தப் பேரமாவது பலித்ததா? என்றால், அதுவும் இல்லை.

காங்கிரஸ் சமதர்மிகள், பிரிட்டிஷ் ஏகாதிபத்தியத்துடன் ஒட்டு உறவு கூடாது என ஓயாது சொல்லுகின்றனர். ஒரு கொடிக்கு இரண்டாகப் போட்டுக்கொண்டு உரத்த குரலில் பேசுகின்றனர். ஆனால், குடியேற்ற நாட்டு அந்தஸ்தே போதும் என காங்கிரசின் ஜீவநாடி போன்ற 'மகாத்மா' கூறுகிறார். சமதர்மி சீறுகிறார்; முகத்தைச் சுளித்துக் கொள்கிறார். ஆனால், கவனிப்பார் யாருமில்லை! புதிய அரசியலின் கீழ், பதவி ஏற்பது அடிமைத்தனம் அது ஏகாதிபத்தியத்திற்குத் துணைபுரிவதாகும் என வீராவேசத்துடன் இன்று கூட சமதர்மி பேசாதிருக்கவில்லை. ஆனால், இவர் தங்கியிருக்கும் காங்கிரஸ், பதவி ஏற்கவேண்டுமெனத் தீர்மானித்துவிட்டது சமதர்மிக்குக் கோபந்தான். ஆனால், இவர் கோபத்தைக் கண்டு, காங்கிரஸ் பயங்கொள்ளுமா? இல்லை! "பிரிட்டிஷ் சர்க்கார் வாக்குறுதி தராதபோது நாம் சமரசத்தை நாடக் கூடாது" என்று கூறினார். மகாத்மா சமரசமும் சாந்தமும் ஏற்பட என் உயிரையும் கொடுக்கத் தயார் என்றார். சமதர்மிக்கு ஆத்திரம் பொங்கிற்று. சென்னை கடற்கரையிலே ஒரு கூட்டம் போட்டு, மகாத்மாவும், ராஜாஜியும் செய்து வருவது காங்கிரஸ் தீர்மானத்திற்கு விரோதம் எனக் கண்டித்தது தான் தாமதம், "காங்கிரஸ் சமதர்மிகளா? இவர்களுக்கு திட்டமேது? தலைவரேது? வழியிலே போகிற முத்தன், முனியன். முருகனெல்லாம் சமதர்மம் பேசுகிறார்கள்" என்றார் ஒரு காங்கிரஸ்வாதி. இவர்கள் மேடை மீதேறியே இவர்களை இடித்தார். இதுவே, காங்கிரஸ் சமதர்மிகள் கண்டு வரும் பலன் 20.06.1937 இல் ஆந்திர நாட்டில் நந்தியாவில் நடந்த மகாநாட்டில், காங்கிரஸ் சமதர்மிகள் போர்க்கோலம் பூண்டனர். அந்த மகாநாட்டில் திரு. பிரகாசம் பதவி ஏற்பு விஷயமாக இதுவரை நடந்த சர்ச்சைகளைக் கவனித்த பிறகு, "தேசம், மகாத்மாவின் தலைமையிலும், காங்கிரஸ் காரியக்கமிட்டியிடத்தும் பூரண நம்பிக்கை வைக்கிறது" என்ற தீர்மானத்தைப் பிரேரேபித்தார்,

மகத்தான வெற்றிக்குப்பிறகு, மகாத்மாவிடம் நம்பிக்கை இருப்பதாக மாகாண ஒரு காங்கிரஸ் மகாநாட்டிலே, தீர்மானங்கொண்டு வந்தது ஏன்? என்பதே விந்தையாக இருக்கிறது. அந்தத் தீர்மானம் வந்தால், மகாத்மாவிடம் காங்கிரசிலே, சிலருக்கோ பலருக்கோ நம்பிக்கை குறைந்து வருவதாகவே கருத வேண்டி வருகிறது.

அந்த மகாநாட்டைத் திறந்து வைத்த ராஜாஜி கூட, ஏதோ சண்டை நடக்குமென யூகித்தே, முதலிலேயே, "மகாநாட்டில் ஒருவருக்கொருவர் சண்டை ஏற்படுவதுண்டு, அது ஓர் ஆபத்து" என்று கூறியதுடன், மகாத்மாவின் அரிய குணங்களைப்பற்றிப் பேசி, (அரசியலில்) "பேரம் நடக்கக்கூடுமானால், மகாத்மாவை, பிரிட்டிஷார். தமது தலைவராக ஏற்றுக் கொண்டு, அதற்குப் பதிலாக நமக்கு சுயராஜ்யத்தைக் கூடத் தந்து விடுவார்கள்" என்று கூறினார். இவ்வளவு புகழுரைக்குப் பிறகும் அந்த மகாநாட்டில், மகாத்மாவிடம் நம்பிக்கை இருப்பதாகத் தீர்மானம் வந்த போது, சமதர்மிகள் எதிர்த்தனர். கடுஞ்சொற்களை வீசினர். அமளி நடந்தது. "மகாத்மா தலைமையில் நம்பிக்கை இருக்கிறது" என்ற பகுதியை எடுத்துவிட வேண்டுமென, காங்கிரஸ் சமதர்மிகள் முழக்கஞ் செய்தனர். "காந்தியார் அறிக்கை, லாகூரில் காங்கிரஸ் செய்த சுதந்திரத் தீர்மானத்தைக் கொன்று விட்டது." "வைசிராய் வில்லிங்டன் - பேட்டிக்கு, முழங்காற் படியிட்டுக் கெஞ்சுகிறேன் என்று சொன்னாரே மகாத்மா . அவர் எவ்வளவோ, கீழே இறங்கி விட்டார்" என்று தோழர் ஜகன்னாதம் என்கிற காங்கிரஸ் சமதர்மி கூறினார். "மாறிமாறிப் பேசுவதும், விட்டுக் கொடுப்பதுமாக இருக்கும் மகாத்மாவின் வார்த்தைக்குக் கீழ்ப்படிவது கூடாது. காங்கிரஸ் காரியக் கமிட்டியின் தீர்மானத்திற்கே நாம் கட்டுப்பட வேண்டும்" என்றார் மற்றோர் சமதர்மி. "காந்தியார், நாலணா -மெம்பராகக் கூடக் காங்கிரசிலில்லை. நான் காங்கிரஸ்காரனல்ல என்று அவரே கூறுகிறார். இருந்தும், காரியக் கமிட்டியில் அவர் வருவதும், மந்திரி வேலைக்காகப் பலர் அவர் பெயரைக் கூறுவதுமாக இருக்கிறார்கள்" என குண்டூர் சமதர்மி ஒருவர் - கோபித்துக் கொண்டார். "நாம் காங்கிரஸ் ஆணைக்குக் கீழ்ப்படிய இருக்கிறோமே தவிர, தனிப்பட்ட முறையில், காந்தியாரோ, பிரகாசமோ சொல்வதைக் கேட்பதற்கல்ல" என்று மற்றொருவரும், மத்தூரி தோழர் அன்னபூரணய்யா என்பவர், "காந்தியார் எப்போதும் குனிந்து கொடுக்கிறாரே தவிர வெற்றி பெறக் காணோம். அவரால் சுதந்திரக் கொடியும் இறங்கிவிட்டது நாங்கள் காங்கிரசுக்குக் கீழ்ப்படிவோமே தவிர, காந்தியாருக்கு அல்ல; காந்தியார் காங்கிரசை விடப் பெரியவரல்ல" என்று புரட்சி செய்தார்.

இதற்கெல்லாம், தோழர் புலுசு சாம்பமூர்த்தி பதிலளிக்க 40 நிமிடங்கள் ஆயினவாம்! இடையிடையே குழப்பம், தலைவர் வேண்டுகோள், குறுக்குக் கேள்வி முதலியன மும்முரமாக இருந்தனவாம்! "புலுசு புளுகு சொல்வார்" என்றொரு குரல்

எழும்பிற்றாம்! "யாரது அதைச் சொல்வது? உடனே அதை வாபஸ் வாங்கிக் கொள்ள வேண்டும்" எனத் தலைவர் கட்டளையிட்டாராம். உடனே தோழர் "வெங்கடரத்தினம் என்பவர் புலுசு, பொய் பேசுவதை ருஜுப்படுத்தினால்கூட வாபஸ் வாங்கத்தான் வேண்டுமா?" என்றாராம். தலைவர் சீறினாராம். ஒருவரும் வாபஸ் பெறவோ, மன்னிப்புக் கேட்கவோ முன்வராததால், தலைவரே, மன்னிப்புச் சமர்ப்பித்தாராம். - பிறகு புலுசு, சமதர்மிகள் விஷயத்தை உணராது பேசுகிறார்கள் என்பதை விளக்கினார். பிறகு, சமதர்மிகள் திருத்தம் ஓட்டுக்கு விடப்பட்டதில் 40 பேர் சாதகமாகவும், 90 பேர், எதிராகவும் ஓட்டளிக்க சமதர்மியின் தீர்மானம் தோற்றது. மகாத்மாவிடம் நம்பிக்கை இருப்பதாகப் பிரேரேபிக்கப்பட்டது. அசல் தீர்மானம் வெற்றி பெற்றது. மகாத்மாவுக்கு 'ஜே' என்ற கோஷம் பலமாக எழும்பிற்றாம். அந்த 'ஜே' கோஷத்தில், காங்கிரஸ் சமதர்மிகள் கலந்து கொள்ளவில்லை என்று நம்மால் உறுதி கூற முடியாது. ஏனெனில், 'சொட்டு' வாங்கிக் கொண்டு, "மதியாதார் முற்றத்தில்" இருப்பதை மகத்தானதாக எண்ணிக் கொண்டிருக்கும் விந்தையான மனப்பான்மை, காங்கிரஸ் சமதர்மிகளுக்கு இருக்கிறது அவர்கள் "மகாத்மாவைக் கண்டித்த அன்றும், 'ஜே' கோஷத்தில் கலந்து கொண்டிருப்பர். நாளைக்கும், 'ஜே' போடுவார்கள். ஏன்? அதுதான், 'பேர' சமதர்மத்தின் போக்கு!"

அத்தகையோர் கூட்டுறவினால், நாம் எடுத்துக் கொண்ட கொள்கை பாழாகி, நமது இயக்கமே சிதைவுறும் என நான் நம்புகிறேன்.

எந்த ஆட்சி வந்தாலும் சரி; தமிழர் காப்பாற்றிக் கொள்ள வேண்டியவை சில உள்ளன. அவர்களுக்கு எந்தக் கட்சி மீது அபிமானம் இருப்பினும் தமிழரின் ஜீவநாடி தளரவிடலாகுமா? அந்த ஜீவநாடிகளுக்கு ஆபத்து வரக்கூடுமா? காலம் மாறுகிறதல்லவா? புதிய புதிய ஆபத்துகள் வரலாம். ஆகவே, கீழ்க்கண்டவைகளைத் தமிழ் நாட்டவர், எப்பாடு பட்டாலும் காப்பாற்றியே தீரவேண்டும். அந்த ஜீவநாடிகள்

1. தமிழ் மொழி - இதுவே நாம் தமிழர் என்பதைக் காட்டுவது. இதற்கு ஆபத்து வந்துவிட்டால், நமது ஒற்றுமை, கலை, நாகரிகம், யாவும் நாசம்! ஆகவே தமிழைக் காப்பாற்றுங்கள்..

2. வகுப்புவாரி பிரதிநிதித்துவம் - இது சமூகத்திலே ஒரே வகுப்பார் - ஏகபோக மிராசு செலுத்தும் ஆபத்தைப் போக்குவது; சகல வகுப்பாரின் பிள்ளை குட்டிகளுக்கும் இது உரிமை தருவது.

இது அழிந்தால் எங்கும் ஒரே வகுப்புதான் அதிகாரம் செலுத்தும். மற்ற வகுப்புகள், தாசர்களாகத்தான் வாழவேண்டும். அது நியாயமா? ஆகவே வகுப்புவாரிப் பிரதிநிதித்துவத்தைக் காப்பாற்றியே தீரவேண்டும்.

3. இந்து மத தர்ம புரிபாலன சட்டம் - நமது தமிழ்நாட்டிலே, கோடிக்கணக்கில் பணம் தர்மத்திற்காக, கோயில்களிடம் ஒப்படைத்து வைக்கப்பட்டிருக்கிறது. தர்மம் தழைக்க வேண்டுமென்று நமது பெரியவர்கள் அதைச் செய்தனர். அந்தத் தர்ம சொத்து நியாயமாக செலவழிக்கப்பட வேண்டுமல்லவா? அதை யாரும் சொந்த உபயோகத்திற்கு எடுத்துக்கொள்ளாமல் நாம் பார்த்துக்கொள்ள வேண்டாமா? சொத்திலிருந்து வரும்படி சரியாக பெறப்படுகிறதென்பதற்கு கணக்கு வேண்டுமல்லவா? இருக்கிறது. இதற்கு ஆபத்து வந்தால், தர்ம சொத்தில் கண்டவர் கைவைத்து விடுவார்கள் ஆகவே, அந்த சட்டத்தைக் காப்பாற்றுங்கள்.

4. இனாம் சட்டம் - உலகத்திலே எங்கு பார்த்தாலும் சமதர்மம் பேசப்பட்டு வருகிறது! அந்த சமதர்மத்தின் அடிப்படையான கொள்கை தான் இந்த சட்டம். லட்சக்கணக்கான குடியானவர்களுக்கு, இந்த சட்டத்தால், நில பாத்யதை உரிமை ஏற்பட்டது. பரம்பரையாக பாவம் இந்தக் குடியானவர்கள் உழுது, உழுது, ஒரு குழி நிலம் கூட தங்களுக்கு என்று இல்லாமல் வாடினார்கள். அப்படிப்பட்ட குடியானவர்களில் இலட்சக்கணக்கானவர்களுக்கு இந்த சட்டம் நன்மை தந்தது. இதை ஒழிக்கக் கங்கணங்கட்டிக் கொண்டு பலரிருக்கிறார்கள். தமிழரே! சமதர்மிகளே! வாலிபர்களே! இனாம் சட்டத்தைக் காப்பாற்றத் தயாராக இருங்கள்.

"தமிழா! நீ எங்கு இருந்தாலும் - சற்று ஜாக்கிரதையாகவே இரு! உஷார்!"

என் மனதிலே எழுந்த பல கருத்துகளை ஒருவாறு கூறிவிட்டேன். இனி, நமது மகாநாட்டின், நடவடிக்கைகளைத் துவக்கு முன்னம் மற்றொரு முறையும் வரவேற்புக் கமிட்டியாருக்கும், பிரதிநிதிகளுக்கும், என் வந்தனத்தைச் செலுத்திக்கொண்டு எனது முன்னுரையை இத்தோடு முடிக்கிறேன்.

- துறையூரில் நடைபெற்ற தாலுகா சுயமரியாதை மாநாட்டில் அறிஞர் அண்ணா ஆற்றிய சொற்பொழிவு 'விடுதலை' 24, 25.08.1937

★ ★ ★

சுயமரியாதைத் திருமணங்களை சட்டபூர்வமாக்குவோம்!

என் தலைவர் பகுத்தறிவு ஊட்டிய பெரியாரே!

சுயமரியாதை இயக்கம் ஒழுக்கநெறிக்கும் சமுதாய வளர்ச்சிக்குமே!

வள்ளுவர் வகுத்த வாழ்வு முறையை வகுத்துக் கொள்ளுங்கள்

(திருச்சி பெரியார் மாளிகையில் 07.06.1967 அன்று மாலைதோழர் ஜீவா(மறைந்தப.ஜீவானந்தம்)அவர்களின் தலைமகள் திருமதி. உஷாதேவிக்கும், திரு.அருணாசலம் பி.ஏ., அவர்களுக்கும் தந்தை பெரியார் அவர்களால் வாழ்க்கைத்துணை வாழ்க்கைத்துணை ஒப்பந்தம் செய்து வைக்கப்பட்டது. இவ்விழாவில் கலந்து கொண்டு முதலமைச்சர் திரு.சி.என்.அண்ணாதுரை அவர்கள் மணமக்களை வாழ்த்தி அரிய உரையாற்றுகையில் குறிப்பிட்டதாவது.)

*“**எ**ன்னுடைய பொது வாழ்வில் எனக்குக் கிடைத்த ஒரே தலைவரான பெரியார் அவர்களே! மகாசன்னிதானம் அடிகளார் அவர்களே! தாய்மார்களே! தோழர்களே! இந்த திருமண விழாவினைக் காண நீங்கள் எல்லாம் தமிழகத்தின் பல பாகங்களிலிருந்தும்கூடி இருக்கிறீர்கள்.*

இங்கு வர முடியாத நிலையில் இருக்கும் பலர் இங்கு வராமலே இத்திருமணத்தை வாழ்த்திக் கொண்டிருப்பார்கள். செய்தித் தாளில் நிகழ்ச்சியினைப் பார்த்து மகிழ்ச்சியடைவார்கள். இத்திருமணம் தமிழகம் முழுவதற்கும் சிறப்புடையதாகும்.

எனது இனிய நண்பர் ஜீவா அவர்கள் பொது வாழ்க்கைத் துறையில் ஈடுபட்டு ஏழை எளியவர்களின் இதயத்தில் வாழும் பெருமை பெற்றவராவார். அவரது தலை மகளின் திருமண விழாவில் கலந்து கொள்வதற்காக மகிழ்ச்சியடைகிறேன். தங்கள் குடும்பத் திருமணமாகக் கருதி இத்திருமணத்தை பெரியாரவர்களும் மணலி கந்தசாமி அவர்களும் முன்னின்று நடத்துவது சிறப்புடையதாகும், இவ்விழாவில் நானும் கலந்து திரு.குன்றக்குடி அடிகளாரும் மணமக்களை வாழ்த்தி இல்லற மாண்பு பற்றிக் கூறுவது ஜீவா அவர்களின் தொண்டிற்கும் இனிய பண்பிற்கும் காட்டும் நன்றியே ஆகும். மற்றும் பல்வேறு கட்சிகளைச் சார்ந்தவர்களும் வந்து இதில் கலந்து கொண்டு சிறப்பிக்கின்றார்கள். அதைவிடச் சிறப்பு இத்திருமணம் பெரியார் இல்லத்தில் நடைபெறுவதாகும்.

நமது தமிழ்நாட்டில் வயதானவர்கள், வீட்டிற்குப் பெரியவர்களாக வீட்டிலேயே இருப்பார்கள். அவரது பிள்ளைகள் வெளியூர்களில் ஒருவர் டாக்டராகவும், ஒருவர் எஞ்சினீயராகவும், ஒருவர் வக்கீலாகவும் இருப்பர். வீட்டில் நடைபெறும் விழா நிகழ்ச்சியின் போது அந்தப் பெரியவர் தன் மகன்களைச் சுட்டிக்காட்டி அதோ, போகிறானே அவன்தான் பெரியவன், டாக்டராக இருக்கிறான்; இவன் அவனுக்கு அடுத்தவன், எஞ்சினீயராக இருக்கிறான்; அவன் சிறியவன், வக்கீலாக இருக்கிறான். இவர்கள் எல்லோரும் எனது பிள்ளைகள் என்று கூறி பூரிப்பும், மகிழ்ச்சியும் அடைவார்கள்.

அது போல பெரியாரவர்கள் தம்மாலே பயிற்சியளிக்கப்பட்டவர்கள் பல்வேறு கட்சிகளிலிருந்தாலும் அவன் என்னிடமிருந்தவன், இவன் என்னுடன் சுற்றியவன் என்று சொல்லிக் கொள்ளக் கூடிய பெருமை இந்தியாவிலேயே, உலகிலேயே பெரியார் ஒருவருக்குத்தான் உண்டு! அவர் காங்கிரசில் இருப்பவர்களை தி.மு.க.வில் இருப்பவர்களைப் பார்த்து, கம்யூஸ்ட் கட்சியில் இருப்பவர்களைப் பார்த்து, சோஷ்யலிஸ்ட்டுகளைப் பார்த்து, இவர்கள் என்னிடமிருந்தவர்கள்; இவர்களுக்கு நான் பயிற்சி கொடுத்தேன்; இன்று இவர்கள் சிறப்போடு இருக்கிறார்கள் என்று சொல்லிக் கொள்ளக் கூடிய பெருமை அவர்கள் ஒருவரையே சேரும்.

தமிழ்போல் என்றும் இளமை குன்றாது வாழ வேண்டும் எந்தக் குழந்தையும் தப்பிப் போகாமல் பாதுகாக்க வேண்டும் அவர் என்னுடைய தலைவர். நானும் அவரும் பிரிகிற போதுகூட, நான் அவரையேதான் தலைவராகக் கொண்டேன். வேறு ஒருவரைக் தலைவராகப் பெறவில்லை. அந்த அவசியமும் வரவில்லை. அன்று ஏற்றுக் கொண்டது போல இன்றும் அவரையே தலைவராகக் கொண்டுதான் பணி செய்து வருகிறேன்.

ஒரே குடும்பத்தில் உள்ளவர்கள் என்றாலும், ஒருவருக்கொருவர் கருத்து வேறுபாடு இருக்கலாம். குடும்பத்தில் அப்பா - மகன், அண்ணன் தம்பி அவரவர்களுக்கு ஒரு கொள்கை! அவரவர் கொள்கை அவரவர்களுக்கு. அந்த முறையில்தான் திரு.குன்றக்குடி அடிகளாரும் இத்திருமணத்திற்கு வந்திருக்கிறார்கள். இந்தத் திருமணத்தைப் பார்த்ததும் அடிகளார், தான் மாப்பிள்ளையாக இல்லையே என்று எண்ணக்கூடும்; அடிகளார் காவியணிந்து கம்பீரமாக நின்று இளமை குன்றாமல் பேசுவதைப் பார்த்து, நாம் காவியணிந்து அவர் போலாக வேண்டுமென்று மாப்பிள்ளை நினைக்கக் கூடும் என்றாலும், அவரவர்களுக்கு என்ன நெறிமுறைகள் இருக்கின்றனவோ அதைக் கொண்டுதான் நடந்து கொள்கிறோம். நாம் வெவ்வேறு பாதை வழியாக நடந்து சென்றாலும், அடைய வேண்டிய இடம் ஒன்றுதான். வெவ்வேறு கொள்கைகளை உடையவர்களாக இருப்பினும் நமது சமுதாயத்தைப் பொறுத்ததேயாகும்.

கடவுள் கதைகளிலிருந்து மனித சமுதாயத்தைத் திருத்தலாம், மனித சமுதாயத்தை முன்னேற்றலாம் என்று அடிகளார் கருதுகிறார். அத்துறையின்மூலம் தொண்டாற்றி வருகிறார். கடவுள் கதைகள் மனித சமுதாயத்தைக் கெடுக்கிறது என்பதை எடுத்துக் காட்டும் போது அவர் மனம் புழுங்குவதில்லை மதத்துறையில் நின்று மனித சமுதாயத்தை முன்னேற்றலாம் என அவர் கருதுகிறார். நாம் பகுத்தறிவுச் சிந்தனையின் மூலம் மனித சமுதாயம் முன்னேற முடியுமென்று கருதித் தொண்டாற்றுகிறோம். நாமும் முழு அளவு வெற்றி பெற்றோமா என்றால், இல்லை. அவரும் முழு அளவு வெற்றி பெற்றாரா என்றால், இல்லை. நமது வெற்றியைப் பற்றி நாமும் சந்தேகப்படுகிறோம். அவரும் அவரது வெற்றி குறித்து சந்தேகப்படுகிறார். அவரவர்கள் நேர்மையாக நடந்து தங்கள் துறையில் தொண்டாற்ற வேண்டும்.

சுயமரியாதை இயக்க ஒழுக்கசிதைவு இயக்கமல்ல. மனித சமுதாயத்தை ஒழுக்க நெறிக்குக் கொண்டு வந்து முன்னேற்ற

வேண்டுமென்பதற்குப் பாடுபடும் இயக்கமாகும். முதன் முதல் உள்ளத்தில் சுயமரியாதை இயக்கம் - பகுத்தறிவு இயக்கம் - தமிழ் இயக்கத்தோடும் பிணைத்துக் கொண்டது.

அண்ணாவும், பெரியாரும் ஒத்துக் கொண்டாலும், ஒத்துக் கொள்ளாவிட்டாலும் எனக்கு கடவுள் நம்பிக்கை உண்டு என்று அடிகளார் கூறினார்கள். எனக்கு வாழ்க்கையில் சிக்கல்கள் தோன்றும் போது சந்தேகம் ஏற்படுவதுண்டு. அதுபோல் அடிகளார் நம்மோடு கலந்து கொள்வதைப் பற்றியும் மதம் சமுதாயம் இவைகளைப் பற்றி பேசுவதைக் குறித்தும் பெரிய தம்பிரான்கள் இவரைப் பற்றி சந்தேகப்பட்ட நேரத்தில் இவரும் சந்தேகப்பட்டிருப்பார்.

நாம் மனித இயற்கையின் அப்பாற்பட்டு ஒரு குறிப்பிட்ட இடத்திற்கு வந்து கொண்டிருக்கிறோம். நான் பெரியாருடன் இருந்த போது பல வருடங்களுக்கு முன் அரித்துவாரத்திற்கு பெரியாருடன் நானும் சென்றேன். கங்கை நதி தீரத்தில் அவர் கம்பீரமாக நடந்து செல்கையில் வீசிய தென்றல், பெரியாரின் வெண்தாடியைத் தழுவி அசைத்தும், அவர் மேல் போட்டிருந்த மஞ்சள் சால்வையையும் அசைத்துச் சென்றது. எனக்கு அவர் கம்பளிக் கோட்டு வாங்கிக் கொடுக்காத காரணத்தால் நான் குளிரால் கைகளைக் கட்டிக் கொண்டு அவர் பின் சென்றேன். அது குருவுக்குப் பின் சீடன் மிகுந்த பய பக்தியுடன் செல்வது போல இருந்தது.

பெரியாரைக் கண்டதும் தமிழ்நாட்டிலிருந்து வந்திருக்கும் பெரிய சாமியார்கள் என்று அவரையும் அவருக்குப் பின் கைகட்டி சென்ற என்னை அந்த சாமியாரின் சீடன் என்றும் கருதி வழி நெடுக எங்கள் காலில் விழுந்தனர். பெரியாரவர்கள் என்னைப் பார்த்து, "நம் நாட்டு மக்கள் யாரையெல்லாம் சாமியாராக்குகிறார்கள் பார்" என்று சொன்னார்கள்!

பகுத்தறிவுவாதிகளாகிய நாங்கள், பகுத்தறிவால்தான் மனித சமுதாயத்தை முன்னேற்றத்திற்குக் கொண்டு வர முடியும். அதற்கு எதிராக இருக்கிற மதம் - புராணம் இவைகள் எல்லாம் மக்களின் எண்ணத்திலிருந்து அகற்றப்பட வேண்டுமென்பதற்காகப் பாடுபட்டு வருகிறோம். மதவாதிகள் மதத்தில்தான் நியாயம் இருக்கிறது. மதம் தான் மனித சமுதாயத்திற்கு வழிகாட்டி என்று கருதிக் கொண்டிருக்கின்றனர்.

நண்பர் ஜீவா அவர்கள் மதநூல்கள் மூலமாகக்கூட சமுதாயத்தை ஒன்று படுத்த முடியும் என்ற கருதி தனது பொது

உடைமைத் தத்துவதோடு மதநூல்களில் உள்ள சார்பான கொள்கைகளையும் எடுத்து பிரச்சாரம் செய்து வந்தார்கள். தற்போது வாழ்க்கையில் பெறுவதற்கான எல்லா கருத்துகளும் திருக்குறளில் வட்டமிட்டிருக்கின்றது; அதன்படி வாழ்வை அமைத்துக் கொள்ள வேண்டும்.

சுயமரியாதை இயக்கம் வளர்ந்து வளர்ந்து பெண்ணுரிமை பெற்றிருக்கிறது! ஆலயங்களில் நுழையும் உரிமை பெற்றிருக்கிறது. இன்னும் பல உரிமைகளைத் தமிழர்களுக்குப் பெற்றுத் தந்திருக்கிறது. தமிழர்களின் குடும்பங்களில் பல சுயமரியாதைத் திருமணங்களை ஏற்று நடத்தி இருக்கிறது. அவர்கள் நமது வணக்கத்திற்குரியவர்கள் ஆவார்கள். சட்டப்படி செல்லாது என்ற தெரிந்ததனால் ஏற்படும் தொல்லைகளையும் பொருட்படுத்தாமல் மக்களுக்குத்தான் சட்டம் என்பதை உணர்ந்து திருமணம் செய்து கொண்டவர்கள் நமது வணக்கத்திற்குரியவர்கள் ஆவார்கள்.

எங்களது ஆட்சியில் விரைவில் சுயமரியாதைத் திருமணத்தை சட்டப்படி செல்லத்தக்கதாக்க சட்டம் கொண்டு வர இருக்கிறோம். ஏற்கெனவே நடத்தி வைக்கப்பட்ட திருமணங்களும் சட்டப்படி செல்லத்தக்கதாகும் என்று சட்டம் கொண்டு வர இருக்கின்றோம். பெரியாரவர்கள் நீண்ட நாள்களாக எதிர்பார்த்துக் கொண்டிருந்ததை நாங்கள் வந்து செய்யும் வாய்ப்புக் கிடைத்தமைக்காக பெரு மகிழ்ச்சி அடைகிறேன். நெடுந் தொலைவு பிரிந்து சென்றிருந்த மகன் தந்தை மிகப் பிடித்தமான பொருளைக் கொண்டு வந்து கொடுப்பதைப் போல நாங்கள் பெரியாரவர்களிடம் இக்கனியைச் (சட்டத்தை) சமர்ப்பிக்கிறோம். இதை எனக்கு முன் இருந்தவர்கள் கூட செய்திருக்க முடியும், நான் போய் நடத்த வேண்டிய வாய்ப்பு எனக்கு கிடைத்தமைக்கு பெருமகிழ்ச்சியடைகிறேன். நான் திருமணம் ஆன பின் இயக்கத்திற்கு வந்ததால் எனக்கு இந்த வாய்ப்புக் கிடைக்காமல் போய்விட்டது.

இத்திருமண விழா தனி சிறப்புப் பெற்றதாகும். யார், யார் வந்தார்கள், யார் யார் வாழ்த்தினார்கள் என்று நினைத்து வாழ் நாள் பூராவும் இறும்பூதெய்துவார்கள். வாழ்க்கையில் சிக்கல்கள் வரக்கூடும் என்று கருதி 2000 ஆண்டுகளுக்கு முன்பே திருவள்ளுவர் வாழ்க்கை முறை அமைத்து வைத்துள்ளார். அதன்படி நடந்து சமுதாயத்தின் வழிகாட்டியாக சிறப்பாகக் குடும்பத்தினை அமைத்து நல்வாழ்வு வாழ வேண்டுமென்று ஆசைப்படுகிறேன்.

மறைந்த ஜீவாவுக்கும் அஞ்சலி செலுத்திக் கொண்டு எனது நன்றியைக் கூறி முடித்துக் கொள்கிறேன்.

- 'விடுதலை', 12.06.1967

★★★

இந்து திருமண
(தமிழ்நாடு திருத்த மசோதா)
18.07.1967 சுயமரியாதை திருமணம்

தமிழ்நாடு சட்டப் பேரவையில் 18.07.1967 அன்று சுயமரியாதை திருமணத்திற்கு சட்ட அங்கீகாரம் வழங்கும் வகையில் நிறைவேற்றப்பட்ட சட்டத்திருத்த மசோதாவை முன்மொழிந்து முதலமைச்சர் அண்ணா ஆற்றிய உரை

மாண்புமிகு திரு. சி.என். அண்ணாதுரை: சட்டமன்றத் தலைவர் அவர்களே, இந்தத் தீர்மானத்திற்குச் சில திருத்தங்களைக் கொண்டு வரவேண்டுமென்று திருத்தங்கள் கொண்டு வரப்பட்டிருக்கும் என்று கருதுகிறேன். இந்த மசோதா, இதே மன்றத்தில் இரண்டு முறைகளுக்குமேல் கருத்துச் சொல்லப்பட்ட ஒரு பிரச்சினையாகும்.

முன்னாலே, என்னுடைய நினைவு சரியான நினைவாக இருக்குமேயானால், குட்டி கிருஷ்ணன் நாயர் சட்ட அமைச்சராக இருந்த காலத்தில் இதற்கென முயற்சி எடுக்கப்பட்டது. அதற்குப் பிறகு 1957 இல் ஒரு முறை முயற்சி எடுக்கப்பட்டது. அதற்குப் பிறகு 1965 லேயும் முயற்சி எடுக்கப்பட்டது. இப்பொழுதும் இந்த முயற்சியில் ஈடுபட்டிருக்கிறோம். இந்தப்

பிரச்சினைகள் மூன்று, நான்கு முறைகள் வந்த நேரத்தில் இதைப்பற்றிக் கருத்துத் தெரிந்தவர்கள் படிப்படியாக எப்படி மாறி வந்திருக்கிறார்கள் என்பதை அந்த விவாதங்களைப் படித்துப் பார்த்தால் தெரியும். முதன் முதலில் இப்படிப்பட்ட திருத்தம் வந்தபோது பதறியவர்கள் பலர்.

இப்பொழுது பதறுகின்றவர்கள் ஒருவருமில்லை. இரண்டாவது, குறைவாகயிருந்தாலும் சில பேர்களிடம் பயம் இருந்தது. இப்பொழுது அப்படிப்பட்ட பயம்கூட இல்லை.

இப்பொழுது இருக்கும் பிரச்சினையெல்லாம், நம்முடைய டாக்டர் ஹாண்டே அவர்கள், திரும்பத் திரும்ப "உங்களுக்கு இந்துதானா கிடைத்தான், அவன் தலையிலேயே குட்டுகிறீர்களே" என்கிறார்.

முஸ்லிம்களைத் திருத்த வேண்டுமென்றால் இஸ்லாமியர்கள் முயற்சி எடுத்துக் கொள்வார்கள். அது வரவேற்கத்தக்கதாக இருக்கும்; இந்து சமுதாயத்தை மாத்திரம் பிரித்துக் கொள்ள வேண்டிய அவசியம் என்ன வருகிறது என்றால், மற்ற எல்லா மார்க்கங்களையும்விட, இந்து மார்க்கத்தில் தத்துவத்தைப் பொறுத்தவரையில் இதில் விடப்பட்டது ஒன்றுமில்லை. எல்லாத் தத்துவமும் இதனிடம் உள்ளன என்றும், இதற்கு இந்து மதத்தின் அழிவற்ற தன்மைதான் காரணம் என்று சொல்வோரும் இருக்கிறார்கள். அதன் நிர்ணயமற்ற தன்மைதான் காரணம் என்று சொல்கிறவர்களும் இருக்கிறார்கள். இதில் எது உண்மையாக இருந்தாலும், இந்து மதம் என்று சொல்வதாலே, டாக்டர் ஹாண்டே அவர்கள் அது இந்துவுக்குத்தானே உள்ளது. மற்றவர்களுக்கு இல்லையா என்றெல்லாம் எண்ணத் தேவையில்லை.

உண்மையான இந்து, திருத்தத்திற்குப் பயப்படக் கூடாதென்று சுவாமி விவேகானந்தர் சொன்னதாக நினைவு. உண்மையான இந்து, காலத்தின் கருத்துகளுடைய பகுதிகளைக் கொள்ள வேண்டுமென்று சுவாமி விவேகானந்தர் சொன்னதாக நினைவு. உண்மையான இந்து ஜாதியை ஏற்றுக்கொள்ள மாட்டான் என்று இந்து மதத்தைச் சார்ந்தவர்களே எடுத்துச் சொல்லியிருக்கிறார்கள். ஆகையால், தலைப்பைப் பார்த்து இது இந்துவுக்குத்தானா என்று கவலை கொள்ளத் தேவையில்லை. டாக்டர் ஹாண்டே அவர்கள் சிறந்த நண்பர். முதன்முதலில் அவர் பெயரைச் சொன்னதும், அது இந்துப் பெயர் என்றுகூட எனக்கு நினைவுக்கு வரவில்லை. நண்பர்கள் என்னிடம், டாக்டர் ஹாண்டே என்று இருக்கிறார்,

நல்ல திறமையாக அரசியல் கருத்துகளைப் பேசுவார்கள் என்று சொன்னபொழுது அவர் ஓர் இந்துவாக இருப்பார் என்று நாங்கள் நினைக்கவில்லை. அந்தப் பெயர் அப்படி இருந்தது. ஆனால், அவர் எனக்கு அறிமுகமான பிறகுதான் அவர்கள் நம்முடைய இனத்தைச் சார்ந்தவர்கள் என்று நினைவே வந்தது. முதன்முதலில் அது ஆங்கிலோ இந்தியரின் பெயர் என்றுதான் நினைத்தேன். கன்னட மொழியிலே என்ன பொருளோ எனக்குத் தெரியாது.

திரு.கே.விநாயகம்: வெங்கட்ரமணா ஹாண்டே என்பது பெயர். ஹாண்டே என்பது ஜாதியின் பெயர்.

மாண்புமிகு திரு.சி.என். அண்ணாதுரை: வெங்கட்ராமன் ஹாண்டே என்று முதலிலேயே சொல்லியிருந்தால் எனக்கு இந்தச் சந்தேகம் வந்திருக்காது. டாக்டர் ஹாண்டே அவர்கள் மெடிக்கல் கல்லூரியில் சேர்ந்த பிறகு 'டாக்டர் ஹாண்டே' என்று தெரிவித்து அதன் பிறகு அவ்வாறு ஏற்பட்டிருக்கும் என்று கருதுகிறேன். அதனால் வந்திருக்கலாம். இப்படி, தனிப்பட்ட மாறுதல்களை ஏற்படுத்திக் கொள்வதைவிட நீங்கள் எண்ணிப் பார்க்க வேண்டியது, கடந்த 30 ஆண்டு காலமாக 35 ஆண்டு காலமாகத் திருமண முறையிலே ஒரு மாறுதல் ஏற்பட்டுக் கொண்டு வருகிறது. பெருத்த எதிர்ப்புக்கிடையில், பல்வேறு அய்யப்பாடுகளுக்கிடையில், மக்கள் அச்சத்திற்கு மத்தியில் இது துவக்கப்பட்டது. பல்லாயிரக்கணக்கான திருமணங்கள் இந்த முறையிலே நடைபெற்று அந்தத் திருமணங்களைச் செய்து கொண்டவர்கள், அடுத்த தலைமுறையைப் பெற்றுத் தரத்தக்க அளவிற்கு இந்தத் திருமண முறையில் வயது ஏறியிருக்கிறது.

பொது மக்கள் பல ஆண்டுகளாக ஒரு குறிப்பிட்ட பழக்க வழக்கங்களை மேற்கொண்டவர்களானால், அந்தப் பழக்க வழக்கங்களுக்குச் சட்ட வடிவம் கொடுப்பதுதான் சட்டம் என்று ஏற்படுத்தப்படும்.

"Custom by usage becomes law. Custom by usage gets legal sanction."

அந்த மாதிரி 30, 40 வருஷங்களாகத் தமிழ்நாட்டிலே ஏற்பட்டிருக்கின்ற ஒரு புதியமுறைக்கு இப்பொழுது நாம் சட்ட ஒரு வடிவம் கொடுக்கிறோமே தவிர, இந்தச் சட்டம் நிறைவேற்றப்பட்ட பிறகு அனைவரும் சுயமரியாதைத் திருமணம் தான் செய்து கொள்ள

வேண்டும் என்று சொல்லும் சட்டம் அல்ல இது. வழக்கறிஞர் மொழியிலே சொன்னால் "*It is a permissive legislation*".

இப்படியும் செய்து கொள்ளலாம். இந்தத் திருமணம் சட்டப்படி செல்லத்தக்கது. தமிழகத்திலே திருமணம் நடத்துவது என்றால் இப்படித்தான் செய்ய வேண்டுமென்று மற்றவர்களைக் கட்டுப்படுத்துகின்ற, மற்ற திருமண முறைகளைத் தடுக்கின்ற சட்டம் அல்ல இது. மற்றவர்களைத் தடுக்கிற, கட்டுப்படுத்துகின்ற சட்டமாக இருந்தால், பொது ஜன அபிப்பிராயத்தைக் கட்டாயம் அறிய வேண்டும். மற்ற முறைகளைக் கட்டுப்படுத்தாத, மற்ற முறைகளைத் தடுக்காத இந்த முறையை ஏற்றுக் கொண்டு திருமணம் செய்து கொண்டவர்கள், இந்த முறையின்படி செய்து கொள்ள வேண்டுமென்று விரும்புகின்றவர்கள் ஆகிய இவர்களுக்கு அனுமதி தருகிற சட்டமாக இருப்பதானாலும், இதற்கு நம்முடைய நண்பர் பொன்னப்ப நாடார் போன்ற அறிவுடையோர்களுக்குச் சொன்னாலும் போதுமென்று நம்புகிறேன்.

அவர்களுக்குத் தட்டுப்படாத சில கருத்துகளை உலகத்திலே தேடித் தேடிப் பார்க்கப் போகிறோம் என்ற காரணத்தினால் சொன்னார் என்று தான் நான் எண்ணிக் கொள்கிறேனே தவிர, அவசியத்தின் காரணமாகச் சொன்னார் என்று ஏற்றுக் கொள்ள முடியவில்லை. ஏனென்றால், திருமணத்தைப் பற்றியும் அவருக்குத் தெரியும். அவருடைய பருவத்தில் திருமணச் சுவையின் பகுதியே அதிகம். இப்பருவத்திலேயே இருக்கிறார்.

Thiru R. Ponnappa Nadar : I am the father of six children.

மாண்புமிகு திரு. சி.என். அண்ணாதுரை: நம்முடைய பொன்னப்ப நாடார் அவர்கள் ஆதரிக்கிறார்கள். அந்தச் சுவையை அவ்வளவு அனுபவித்திருக்கிறார்கள். சட்ட நுணுக்கமும் தெரிந்திருக்கிறார்கள். ஆகையினால் அவரைப் போன்றவர்கள் இதற்கென உள்ள பொறுக்குக் கமிட்டியிலேயிருந்து நல்ல பல கருத்துகளைக் கொடுத்து, இந்தச் சட்டம் தேவையுள்ள சட்டம் என்பது மட்டுமல்லாமல், இது நல்ல நிலையிலுள்ள சட்டம் என்று சமுதாயம் சொல்லுகின்ற அளவுக்கு ஆக்கித் தருவதற்கு அவர்களுக்கு வாய்ப்புகள் இருக்கின்றன; உரிமைகள் இருக்கின்றன; திறமையும் இருக்கின்றன.

என்னைப் பொறுத்தவரையில், என்னுடைய நண்பர்களைப் பொறுத்தவரையில் ஒன்றைச் சொல்லிக் கொள்ள விரும்புகிறேன்.

இந்த அவையிலேயுள்ள மற்றவர்கள் எனக்கு அனுமதி தர வேண்டுமென்று கேட்டுக் கொள்கிறேன். இதை நாங்கள் மிகச் சாதாரண சீர்திருத்தம் என்று கருதவில்லை. எத்தனையோ ஆண்டு களாக எங்கள் உள்ளத்திலே உறங்கிக் கொண்டிருந்து, எத்தனையோ இரவுகள், எத்தனையோ பகல்கள் இப்படி ஒரு சட்டத்தை உருவாக்க முடியுமா, என்று எண்ணிக் கொண்டிருந்த எங்கள் எண்ணத்திற்கு மதிப்பு அளிப்பீர்களானால், இப்படியெல்லாம் நிறைவேற்றப்பட முடியும் என்ற நிலைமை தோன்றாத நாட்களில், இந்தவிதமான திருமண முறையில் பல்லாயிரக்கணக்காகத் திருமணம் செய்து கொண்டிருப்பவர்களுக்கெல்லாம் இந்தச் செய்தி பாரதியாருடைய கவிதைப்படி கூறினால், அவர்களுடைய காதில் 'செந்தேனாக'ப் பாயும்.

இதில் கஞ்சத்தனம் வேண்டாம். அவர்கள் இன்பத்தில் குறுக்கிடத் தேவையில்லை. இதற்குப் பின்னால் திருத்தங்கள் வரலாம். மாலை மாற்றிக் கொள்வது, மோதிரம் போட்டுக் கொள்வது, இவை போன்றவைகளைப் பற்றி வரலாம். அவற்றை விட்டுவிடலாம். ஆனால், பழைய திருமண முறையை மாற்றி, இப்போதுள்ள புதிய முறையிலே திருமணம் செய்து கொள்பவர்கள் சட்டத்திற்கு வெளியே இருக்கிறார்கள் என்ற நிலையை நிச்சயமாகக் கவனித்து, அவர்களுக்கு ஒரு சட்டப் பாதுகாப்புத் தரவேண்டும் என்பதற்காக, இந்தத் திருத்தம் கொண்டு வரப்படுகிறது.

நம்முடைய நண்பர் திரு. பொன்னப்ப நாடார் என்று கருதுகிறேன் - அக்கினி சாட்சியாக இருந்தால் தான் திருமணம் செல்லும் என்று வழக்கு மன்றத்திலே சொல்லப்பட்டதாகக் குறிப்பிட்டார்கள். சுயமரியாதைத் திருமணங்களிலே பேசிப் பேசி, அந்தக் கருத்துக்களெல்லாம் என்னுடைய நினைவுக்கு வருகின்றன. விரிவாகப் பேச நேரம் இல்லை. கடிகாரம் கண்ணுக்குத் தெரிகிறது. ஆகையால், 'அக்னி சாட்சியாக' என்று சொல்வதில், இந்த நாள்களிலே எவ்வளவு பொருள் இருக்கிறது என்பது எனக்குத் தெரியாது. திருமணத்திற்கே சாட்சி தரத்தக்க அக்கினி பகவான் ஏழைகளை என்ன பாடுபடுத்துகிறான் - மயிலைப் பகுதியில் - என்பதை எண்ணுவது உண்டு. இந்த நேரத்தில் அக்கினி பகவானுக்கு இருக்கிற பெருமையைக்கூடக் கொஞ்சம் குறைத்துக் கொள்ள வேண்டியவர்களாக இருக்கிறோம். ஆனால், அவைகளிலெல்லாம் நம்பிக்கை வைத்திருந்த காலத்திலே இருந்து வந்த கருத்துகளுக்கும்

இருக்கின்ற கருத்துக்கும் மிகுந்த வித்தியாசம் இருக்கிறது என்பதை யாரும் மறந்துவிட முடியாது.

அக்கினி தேவனைப் பற்றிப் பேசிய நம்முடைய நண்பர் திரு. பொன்னப்ப நாடார் அவர்கள் சொன்ன அந்தக் கருத்தின் அடிப்படையில் சந்திரனும் ஒரு தேவன் என்று இன்றைய தினம் அவர்கள் அதைச் சொல்லுவார்கள் என்று கருதவில்லை. எப்பொழுது சந்திர மண்டலத்திற்குப் போகலாம் என்று சோவியத் நாட்டு விஞ்ஞானிகளும், அமெரிக்க நாட்டு விஞ்ஞானிகளும் போட்டி நடத்திக் கொண்டிருக்கிற இந்த நாள்களில், சந்திரன் ஒரு தேவன் என்றும், அவன் ரிஷியிடத்தில் பாடம் கேட்கப் போனான் என்றும், அவனாக வேறு பாடத்தைத் தேர்ந்தெடுத்துக் கொண்டான் என்றும், "நீ தேய்ந்து தேய்ந்து வளரக் கடவாய்" என்று சொன்னவுடன், அதிலிருந்து பௌர்ணமி, அமாவாசை மாறி மாறி வருவதாகவும் சொல்வது ஒரு காலத்திலே எல்லோரும் ஒப்புக்கொண்ட கதை. இன்றைய தினம் எல்லோரும் வேடிக்கையாக வைத்துக் கொண்டிருக்கிற கதை. இன்னும் எதிர்காலத்தில் புத்தகத்திலே கூட இருக்கத் தகாத கதை என்று தள்ளிவிடக்கூடும்.

இப்படி வளர்ந்து இருக்கிற இந்த நாள்களில் அக்கினி சாட்சியாக வைத்த திருமணம்தான் செல்லும் என்ற சட்டம் இருக்குமானால், எங்களுக்கு அது பிடிக்கவில்லை, நாங்கள் இந்த முறையிலே திருமணம் செய்து கொள்ளுகிறோம் என்று சமூகத்திலே ஒரு பகுதியினர் ஒரு விதத்திலே திருமணம் செய்து கொள்வார்களானால், அவர்களுக்கு அனுமதி தருவதற்காக ஒரு சட்டமே தவிர, இது வேறு பல சர்வாதிகார நாடுகளில் வரும் சட்டத்தைப்போல், 6 ஆம் தேதியிலிருந்து நீங்கள் இன்ன மாதிரி நடக்க வேண்டும் என்று சமூகத்திற்குக் கட்டளையிடுகிற சட்டம் அல்ல இது. அல்லது உணவு நெருக்கடியை ஆளுக்கு இவ்வளவுதான் கொடுக்கப்படும் என்று சொல்லுகிற சட்டமும் அல்ல. யாரும் எந்த விதத்தில் வேண்டுமானாலும் திருமணம் செய்து கொள்ளலாம்.

நம்முடைய எதிர்க்கட்சித் தலைவர் திரு. கருத்திருமன் அவர்கள் சொன்னார்கள். மணவறையில் நான் இரண்டே நிமிஷம்தான் இருப்பேன் என்று. வாலிபப் பருவத்தினர் பெரும்பாலும் மணவறையில் அதிக நேரம் இருப்பதில்லை. சீக்கிரம் முடித்துக் கொண்டு வெளியே போய், நண்பர்களைப் பார்த்து, எப்படி? பார்த்தாயா? சரியாக இருக்கிறதா? அதிகம் பார்க்க முடியவில்லை என்றெல்லாம் பேசுவதிலே மணமக்களுக்கு இன்பம் இருக்கிறது.

அந்த மண மேடையிலே ரொம்ப நேரம் உட்கார்ந்த கொண்டிருப்பதெல்லாம் நம்முடைய நண்பர் திரு. ம.பொ.சி. அவர்களோ, அவரையொட்டி நானோ செய்து கொள்ளக் கூடிய அறுபதாம் திருமணத்திலேதான் அதிக நேரம் மணவறையில் உட்கார்ந்திருக்க முடியும் (சிரிப்பு). ஆகையால், இந்தத் திருமணச் சட்டத்தைத் திருத்தியமைப்பதிலே இந்தப் பொறுக்குக் கமிட்டியே போதுமானது என்று நான் கருதுகிறேன்.

நம்முடைய நண்பர் திரு. பொன்னப்ப நாடார் அவர்களை நான் வேண்டிக் கேட்டுக் கொள்கிறேன். இதைப் பொதுஜன அபிப்பிராயத்திற்கு அனுப்பி, அதற்கும் பிறகுதான் முடிவு கட்டவேண்டும் என்று கருத வேண்டாம். ஏனென்றால், இப்படிப்பட்ட திருத்தங்களையெல்லாம் செய்வதற்குத்தான் பொது மக்கள் நம்மைத் தேர்ந்தெடுத்து அனுப்பியிருக்கிறார்கள். ஆகையால், பொது மக்களுடைய அபிப்பிராயம் என்று அவர்கள் அளித்திருக்கிற அந்த ஆணையை நாம் மாற்றாமல், மதிக்கத் தவறாமல் நம்முடைய நண்பர் திரு. பொன்னப்ப நாடார் அவர்கள் கொடுத்த திருத்தத்தைத் திரும்பப் பெற்றுக்கொண்டு இந்தப் பொறுக்குக் கமிட்டியின் மூலம் நல்ல பல கருத்துகளைக் கொடுத்து, நாங்கள் முப்பது ஆண்டுகள், நாற்பது ஆண்டுகள் எண்ணிக் கொண்டிருந்த ஓர் எண்ணத்திற்கு நீங்கள் உறுதுணையாக இருக்க வேண்டும் என்று உங்களை நான் கேட்டுக் கொள்கிறேன்.

இந்தத் திருமண முறைகளைப் பற்றிப் பல பேர்கள் கருத்துகள் தெரிவித்தார்கள். நண்பர் திரு. அரங்கண்ணல் அவர்கள், இது கட்சிகளுக்கு அப்பாற்பட்ட திருமண முறை என்று சொன்னார்கள். சென்ற வாரத்தில் அகில இந்தியத் தலைவர் திரு. காமராஜர் விருதுநகருக்குச் சென்று அங்கு நடந்த திருமணம்கூட, பழைய வைதிக முறையையொட்டி நடந்த திருமணமாக இருந்திருக்க முடியாது. எனக்குத் தெரிந்த வரையில் விருதுநகர் பக்கத்தில், சாத்தூர் பக்கத்தில், சிவகாசி பக்கத்தில் அந்தக் குலத்தின் பெரியவரை அழைத்துக் கொண்டு வந்து, அந்தத் திருமணத்தை நடத்திக் கொள்வதை முப்பதாண்டுகளாக அவர்கள் பழக்கத்திலே கொண்டு வந்திருக்கிறார்கள்.

நம்முடைய திரு. பொன்னப்ப நாடார் அவர்கள் குமரி மாவட்டத்தை சேர்ந்தவர் என்றாலும், அந்தக் குமரி மாவட்டம் இருந்த கேரள இராச்சியத்திலேயே வைதிகத் திருமண முறையிலிருந்து மாறி, முண்டு மாற்றிக் கொள்வது என்று பெரியவர்கள் நடத்தி

வைக்கின்ற திருமணங்கள் அவருக்குப் பழக்கமானது. வங்காளத்தில் பிரம்மசமாஜக்காரர்கள் பாஞ்சாலத்திலே அப்படிப்பட்ட மாறுதலை உண்டாக்கினார்கள். தமிழகத்திலே சுயமரியாதை இயக்கக்காரர்களும், தமிழ்ப் பெரும்புலவர்கள் மறைந்த மறைமலையடிகள், திரு. வி. கலியாணசுந்தரனார் போன்றவர்கள், இலக்கியச் சான்றுகள் அளித்து, 'இது தேவை' தீது பயக்காதது, காலத்திற்கு ஒத்தது, தமிழ்ப் பண்பாட்டோடு இணைந்தது என்றெல்லாம் ஒப்பம் அளித்திருக்கிறார்கள். நம்முடைய தமிழரசுக் கழகத் தலைவர் மதிப்பிற்குரிய திரு. ம.பொ.சி. அவர்களுடைய இயக்கமும் இதை ஆதரிக்கிறது. இஸ்லாமியரை எடுத்துக் கொண்டாலும்கூட இஸ்லாமியத் திருமணத்திலே கூட, அவர்கள் அந்த மணப்பெண்ணும், மணப்பிள்ளையும் உட்கார்ந்த பிறகுகூட, "திருமணம் செய்து கொள்ளச் சம்மதமா?" என்று மணப்பெண்ணைக் கேட்கும் பழக்கத்தைக்கூட அவர்கள் கையாண்டு வருகிறார்கள். ஆகையால், இந்தத் திருத்தச் சட்டத்தில் எந்தவிதமான அருவருக்கத்தக்க நிலைமையோ அச்சப்படத்தக்க தன்மையோ இல்லை.

பொது மக்களிடத்தில் மறுபடியும் இதை அபிப்பிராயத்திற்கு அனுப்ப வேண்டும் என்று எதிர்க்கட்சியில் சொல்லுகிறார்கள். எந்தச் சட்டம் வந்தாலும் எதிர்க் கட்சியில் உள்ளவர்கள் அப்படிப்பட்ட திருத்தத்தைக் கொடுக்க வேண்டியதுதான் பாராளுமன்ற முறை. அதே பாராளுமன்ற முறை நாங்கள் கேட்டுக் கொள்ளுகிற நேரத்தில், தேவையானது என்றால், அதைத் திரும்பப் பெற்றுக் கொள்வதுதான் சிறந்த பாராளுமன்ற முறையும் ஆகும். ஆகவே, பாராளுமன்ற முறையை நன்கு அறிந்திருக்கும் நம்முடைய நண்பர் திரு. பொன்னப்ப நாடார் அவர்கள், அவர்கள் கொடுத்த திருத்தத்தைத் திரும்பப் பெற்றுக் கொண்டு, இந்தச் சட்டம் நல்ல விதத்தில் அமைவதற்குப் பொறுக்குக் கமிட்டியோடு ஒத்துழைத்து உருப்படியான ஒரு சட்டத்தைத் தமிழகத்திற்குத் தந்தோம் என்ற பெருமையில் பங்கு கொள்ள வேண்டும் என்று கேட்டுக்கொண்டு, என்னுடைய வார்த்தையை முடிக்கின்றேன்.

Thiru R. Ponnappa Nadar: In view of the assurance given by the Hon. Chief Minister, I am not pressing my amendment.

திரு.கே. விநாயகம்: கனம் முதல் அமைச்சர் அவர்களிடமிருந்து மேலும் ஒரு விளக்கம் பெற விரும்புகிறேன். முதலமைச்சர் பேசியதற்குப் பிறகு இதிலே சந்தேகத்திற்கு இடமில்லை என்று எனக்குப் புரிகிறது. ஆயினும், இந்தக் கொள்கையைப்

பரப்புகிற பலர் இரு தலைவர்கள் என்று பலர் இருக்கிறார்கள். எல்லாக் கட்சிகளிலும், அவர்கள் குடும்பங்களிலே திருமணங்கள் வரும்போது, அவர்கள் இந்தக் கொள்கையை அனுசரிப்பதாக இல்லையே. எனக்குக் கிடைத்த தகவல் அப்படி! அதைப் பற்றிக் கனம் முதலமைச்சர் என்ன சொல்லப் போகிறார்?

மாண்புமிகு திரு. சி.என். அண்ணாதுரை: தொடர்ந்து நம்முடைய நண்பர் திரு. விநாயகத்திற்குத் தப்புத் தகவலையே கொடுத்துக் கொண்டிருக்கிறார்கள். (சிரிப்பு). அதுமட்டுமல்ல. இது திருமணத்தைப் பற்றிய விவகாரம். விநாயகத்திற்குத் திருமணம் ஆனதாகக் கதையிலே அப்படி இல்லை.

- 18.07.1967

★ ★ ★

தமிழ்நாடு பெயர் மாற்றத் தீர்மானம்
18.07.1967

மாண்புமிகு திரு. சி.என். அண்ணாதுரை: சட்டமன்றத் தலைவர் அவர்களே, இந்த மன்றத்தின் எல்லாக் கட்சியினராலும் நல்ல அளவுக்கு ஒப்புக் கொள்ளப்பட்டுத் தீர்மானமாக நிறைவேற்ற இருக்கின்ற தமிழ்நாடு என்று பெயரிடுகின்ற இந்த நிகழ்ச்சி, இந்த அவையிலே இன்றைய தினம் உறுப்பினர்களாக இருக்கின்ற ஒவ்வொருவருடைய வாழ் நாளிலும் மிகுந்த மகிழ்ச்சியையும், நல்ல எழுச்சியையும் தரத்தக்க ஒரு திருநாள் ஆகும். இந்தத் திருநாளைக் காண்பதற்குப் பன்னெடுங்காலம் காத்துக் நேரிட்டதே கொண்டிருக்க என்பதுதான் மகிழ்ச்சியின் இடையே நமக்கு வருகின்ற ஒரு துயரமே தவிர, நெடுங்காலத்திற்கு முன்னாலே நடைபெற்றிருக்க வேண்டிய ஒரு நிகழ்ச்சியை மிகுந்த காலம் தாழ்த்தி இன்றைய தினம் ஏற்றுக் கொண்டிருக்கிறோம். என்றாலும், இதிலே எல்லாக் கட்சியினரும் ஒன்றுபட்டு இந்தத் தீர்மானத்திற்கு அவர்கள் தங்களுடைய ஆதரவைத் தந்திருப்பது மிகவும் பாராட்டத்தக்கதாகும்.

நம்முடைய எதிர்க்கட்சித் தலைவர் திரு. கருத்திருமன் அவர்கள் கூட இந்தத் தீர்மானத்தை ஆதரித்தார்களே தவிர வேறில்லை. அதிலே சில ஆலோசனைகள் சொல்லியிருக்கிறோம் என்று

சொல்லியிருப்பது, எதிர்க்கட்சியில் இருப்பவர்களுடைய கடமை என்ற வகையில், ஆலோசனைகள் சொல்ல வேண்டும் என்ற முறையிலேயே தவிர எதிர்க்கிறார்கள் என்று இல்லை. ஆகையினால் இந்தத் தீர்மானம் எல்லோருடைய ஆதரவையும் பெற்று இந்தியப் பேரரசுக்கு அனுப்பி வைக்கப்பட இருக்கிறது. இரண்டொரு தலைவர்களுடன் உரையாடுகின்ற வாய்ப்புக் கிடைத்தபோது, இதைப்பற்றி அவர்கள் சொல்லும்போது, தமிழகச் சட்டமன்றத்தில் இது நிறைவேற்றப்பட்டு அனுப்பப்படுமானால் இந்திய அரசியல் சட்டத்தைத் திருத்துவதிலே தயக்கம் இருக்காது என்பதனை முன்கூட்டியே என்னிடத்தில் எடுத்துச் சொல்லியிருக்கிறார்கள். அங்குள்ள பல தலைவர்கள் அரசை நடத்துகிறவர்கள்கூட ஏற்றுக் கொள்கிறார்கள் என்று எண்ணத்தக்க விதத்தில், பத்து நாட்களுக்கு முன் பாராளுமன்றத்தில் இந்த மாநிலத்தைப் பற்றிப் பேசவேண்டிய வாய்ப்புக் கிடைத்த நேரத்தில், அங்குள்ள உள்துறை அமைச்சர் திரு. சவான் அவர்கள் மெட்ராஸ் ஸ்டேட் என்று பழக்கப்பட்டவர் - மிகுந்த அக்கறையோடும், மிகுந்த கவனத்தோடும் '*Tamil Nad*' என்று தான பேசியிருக்கிறார். இதை அவர்களும் ஏற்றுக்கொண்டு அரசியல் சட்டத்தைத் திருத்துவதற்கான ஒரு நல்ல வாய்ப்பை இன்றைய தினம் இந்த அவையிலே நாம் பெற்றிருக்கிறோம்.

மதிப்புமிக்க திரு. ம.பொ.சி.அவர்கள், இதிலே மிகுந்த மன எழுச்சிப் பெற்றது இயற்கையானதாகும். அவர்கள் பல ஆண்டுகளாகத் தமிழ்நாடு என்ற பெயர் இந்த நாட்டுக்கு இடப்பட வேண்டுமென்பதில் மிகுந்த அக்கறையோடு பாடுபட்டவர்கள். திராவிட முன்னேற்றக் கழகத் தோழர்களும், திராவிட முன்னேற்றக் கழகம் என்பதிலே 'திராவிட' என்பதை இணைத்துக் கொண்டிருப்பதாலே, தமிழ்நாடு என்பதிலே அக்கறை இல்லாமல் போய்விடுமோ என்று சிலர் எண்ணிய நேரத்தில், 'தமிழ்நாடு' என்று பெயரிடுதல் வேண்டுமென்று திராவிட முன்னேற்றக் கழகத்தைச் சார்ந்த நாங்கள் பல ஆண்டுகளாக வலியுறுத்தி வந்து கொண்டிருக்கிறோம். காங்கிரஸ் கட்சியில் உள்ளவர்களும், மற்றவர்களும் கொண்டு வருகிறார்களே என்பதனாலே - முன்னாலே இதற்கு எதிர்ப்புத் தெரிவித்திருந்தாலும், இலக்கியத்தில் ஆதாரம் இருக்கிறதா என்று கேட்டிருந்தாலும், இன்றைய தினம் அவர்களும் 'தமிழ்நாடு' என்று சொல்லிக் கொள்வதில் மிகுந்த பெருமைப்படுகிறார்கள். ஆகையால் இந்தத் தீர்மானம் எந்தவித எதிர்ப்பும் இல்லாமல் இந்த அவையில் நிறைவேற்றப்பட இருக்கிறது என்று கருதுகிறேன். அப்படிப்பட்ட ஒரு வெற்றி கிடைக்குமானால்

அது இன்று கழகத்திற்கு வெற்றியல்ல; தமிழரசுக் கழகத்திற்கு வெற்றியல்ல; மற்ற கட்சிகளுக்கு வெற்றியல்ல இது தமிழுக்கு வெற்றி; தமிழருக்கு வெற்றி: தமிழ் வரலாற்றுக்கு வெற்றி; தமிழ்நாட்டுக்கு வெற்றி என்ற விதத்தில் அனைவருமே இந்த வெற்றியிலே பங்கு கொள்ள வேண்டும்.

'தமிழ்நாடு' என்ற பெயர் இருந்தால் இருந்தால் வெளிநாடுகளில் உள்ளவர்கள் அறிந்து கொள்ளமாட்டார்கள் என்பது மட்டுமல்ல. நம்முடைய தொழில் அமைச்சராக முன்பு இருந்த திரு. வெங்கட்ராமன் அவர்கள் ஒரு நாட்டுக்கும் இன்னொரு நாட்டுக்கும் இடையே செய்து கொள்ளக்கூடிய ஒப்பந்தம் எல்லாம் திருத்தி எழுதப்பட வேண்டிவரும். அதனாலே சிக்கல்கள் நாடுகளுக்கெல்லாம் விளையும் என்றெல்லாம் சொன்னார்கள். அதிலிருந்து அவர்கள் வெளிநாடுகளெல்லாம் போய் வந்தார்கள் என்பதைத்தான் கவனப்படுத்துகிறார்களே தவிர, உண்மையாக சிக்கல்கள் இருக்கின்றனவா என்பதைக் கவனப்படுத்துவதில்லை.

மதிப்பிற்குரிய நண்பர் பாலசுப்பிரமணியம் அவர்கள் எடுத்துச் சொன்னபடி 'கோல்டு கோஸ்ட்' என்பது 'கனா' ஆகிவிட்டது; அதனால் எந்தவிதமான சர்வதேசச் சிக்கல்களும் ஏற்பட்டு விடவில்லை. தமிழ்நாடு தனிநாடாகியிருந்த பெயரை விடவில்லை; இந்தியாவில் ஒரு பகுதியாக இருந்து கொண்டிருந்த பெயரை இடுவதால் இதிலே சர்வதேசச் சிக்கல்கள் எழுவதற்கு நியாயம் இல்லை. ஆகவே, இந்தத் தீர்மானத்தை அனைவரும் தங்கள் தங்கள் கட்சியின் சார்பில் ஆதரிக்க வேண்டுமென்பதை, ஒரு கடமை உணர்ச்சியாகக் கொண்டதற்காக மிக்க மகிழ்ச்சியடைகிறேன்.

நண்பர் ஆதிமூலம் அவர்கள், "தமிழ்நாடு என்ற பெயர் மாற்றத்திற்காகத் தன்னைத்தானே தியாகம் செய்துகொண்ட சங்கரலிங்கனார் அவர்களுக்கு நினைவுச் சின்னம் எழுப்ப வேண்டும்" என்று குறிப்பிட்டார்கள். அதையும், அத்தனை பேரும் உள்ளத்திலே, கருத்திலே கொள்ளுவார்கள் என்று நிச்சயமாக நம்புகிறேன். அவருடைய எண்ணங்கள் இன்றைய தினம் ஈடேறத்தக்க நிலை கிடைத்திருப்பதும், அந்த நிலையை உருவாக்குவதிலே நாம் அனைவரும் பங்கு பெற்றிருக்கிறோம் என்பதும், நமக்கெல்லாம், நம் வாழ்நாள் முழுவதும் பெருமைப்படத்தக்க காரியமாகும். நம்முடைய பிள்ளைகள், பேரப்பிள்ளைகள் நெடுங்காலத்திற்குப் பிறகு நம்முடைய இல்லங்களிலே அமர்ந்து பேசிக்கொள்கின்ற நேரத்தில், பெருமையோடு சொல்லிக் கொள்ள இருக்கிறார்கள்.

"என்னுடைய பாட்டனார் காலத்திலேதான் நம்முடைய நாட்டுக்குத் 'தமிழ்நாடு' என்ற பெயர் இடப்பட்டது; எதிர்க்கட்சியில் உட்கார்ந்து கொண்டிருந்த என்னுடைய பாட்டனார் கருத்திருமன் இதை ஆதரித்தார்" என்று திரு.கருத்திருமன் பேரப் பிள்ளைகளும், எங்களுடைய பேரப் பிள்ளைகளும் எதிர்காலத்திலே பேசக்கூடிய நல்ல நிலைமைகளை எல்லாம் அவர்கள் எண்ணிப் பார்ப்பார்களேயானால், நிச்சயமாக அந்த 'ஆலோசனை'கூடச் சொல்லாமல் இதை ஏற்றுக் கொள்வார்கள் என்பதில் ஒரு துளியும் அய்யப்பாடு கொள்ளவில்லை. ஆகையினால் இந்தத் தீர்மானத்தை அனைவரும் ஒருமனதாக நிறைவேற்றிக் கொடுக்க வேண்டுமென்று பணிவோடு கேட்டுக் கொள்கிறேன்.

தீர்மானம் பேரவையின் முடிவுக்கு விடப்பட்டு ஒருமனதாக நிறைவேற்றப்பட்டது.

சட்டமன்றத் தலைவர் அவர்களே, வரலாற்றுச் சிறப்புமிக்க தீர்மானத்தை நிறைவேற்றியிருக்கின்ற இந்த நாளில் 'தமிழ்நாடு' என்று நான் சொன்னதும் 'வாழ்க' என்று அவை உறுப்பினர்கள் சொல்லுவதற்குத் தங்களுடைய அனுமதியைக் கோருகிறேன்!

மாண்புமிகு திரு. சி.என். அண்ணாதுரை: தமிழ்நாடு

உறுப்பினர்கள்: வாழ்க!!

மாண்புமிகு திரு.சி.என்.அண்ணாதுரை: தமிழ்நாடு

உறுப்பினர்கள்: வாழ்க!!

மாண்புமிகு திரு.சி.என். அண்ணாதுரை: தமிழ்நாடு

உறுப்பினர்கள்: வாழ்க!!

★ ★ ★

தமிழகத்தின் முதல் பேராசிரியர் பெரியார்

10.12.1967ல் நாகரசம்பட்டியில் பொதுமக்கள் நன்கொடை மூலம் கட்டி உள்ள பெரியார் ராமசாமி கல்வி நிலையத்தின் புதிய கட்டடத்தை 'விடுதலை' ஆசிரியர் கி.வீரமணி அவர்கள் தலைமையில் தமிழக முதல்வர் அறிஞர் அண்ணாதுரை அவர்கள் தந்தை பெரியார் முன்னிலையில் திறந்து வைத்து சிறப்புரை.

அருமை தலைவர் அவர்களே! தந்தை பெரியார் அவர்களே! கல்விக்கு அள்ளித்தரும் நாகரசம்பட்டி வள்ளல் பெருமக்களே! நாகரசம்பட்டி என்ற இந்த சிற்றூரில் நடைபெறுகின்ற இந்த விழாவிலே கலந்து கொள்ள வாய்ப்பு கிட்டியமைக்கும் பள்ளிக்கூடத்திற்கான கட்டடத்தை கட்டி முடித்து என்னை அழைத்து அதனை திறந்து வைக்க வேண்டும் என்று பணிந்தமைக்காகவும் எனது மகிழ்ச்சியையும் நன்றியையும் தெரிவித்துக் கொள்கிறேன். இப்பள்ளியானது மேலும் வளர வேண்டும் கல்லூரி ஆக வேண்டும் என்று தந்தை பெரியார் அவர்கள் சொன்னது போல இவ்வூரில் கல்லூரி அமைய வேண்டும் என்பதில் எனக்கு ஆசையும் அக்கறையும் இருக்கிறது. பெரும்பாலும் நமது நாட்டிலே பெரும் கட்டடங்களிலே கல்லூரிகள் அமைந்தாலே சிற்றூரில் இருந்து செல்லும் மாணவர்கள் கல்வி கற்பிப்பதற்கு

இடையூறுகள் இருக்கின்றன. பட்டினங்களில் தங்கி படிக்க அல்லது சென்றுவர செலவு அதிகமாவதால் பலர் கல்லூரி செல்லாமலேயே படிப்பை முடித்து விடுகின்றனர். கல்லூரிகள் சிற்றூர்களில் அமைந்தாலே நகரத்திற்கும் சிற்றூருக்கும் இருக்கும் பேதம் ஒழிய ஏதுவாகிறது. மூன்று நாள்களுக்கு முன்பு சேலத்திற்கு அருகே உள்ள வேலூரில் திரு.கந்தசாமி கவுண்டர் என்ற பெயரால் அமைக்கப்பட்ட சுமார் 7 லட்சம் ரூபாய் மதிப்புள்ள கல்லூரி கட்டடம் ஒன்றை திறந்து வைத்தார். நாகரசம்பட்டி அளவுக்குதான் அந்த ஊரே குறிப்பிடலாம். அப்போது இதுபோன்ற காரியங்களுக்கு பணம் உள்ளவர்கள் தாராளமாக முன்வர வேண்டும் என்று கேட்டுக்கொண்டேன். இங்குள்ள பெரியவர்களும் இதற்கு முயற்சி எடுத்துக் கொள்ள வேண்டும். இந்த துறையில் தமிழக அரசின் உதவியை அவர்கள் எந்த அளவுக்கு எதிர்பார்க்கிறார்களோ அந்த அளவுக்கு உதவ தயாராக இருக்கிறோம். இங்குள்ள இரண்டு கட்டடங்கள் பெரியாரவர்களின் பெயரால் கட்டப்பட்டிருக்கின்றன. இங்கு பயிலுகின்ற மாணவர்கள் கல்விபெற வேண்டும்; அதுவும் பகுத்தறிவு கல்வியாக இருக்க வேண்டும்; அதற்கு ஆசிரியர்கள் மாணவர்களுக்கு பகுத்தறிவுக் கருத்துகளை எடுத்துச் சொல்ல வேண்டும் என்று அரை நூற்றாண்டாக சொல்லி வருபவர் பெரியாரவர்கள் ஆவார்கள்.

பலவருடங்களுக்கு முன் நான் என் ‘திராவிடநாடு’ பத்திரிகையில் ஆண்டு மலருக்காக ஒரு கட்டுரை எழுதினேன். அதில் பல நாட்டுக் கவிஞர்கள் பல நாட்டுப் போராசிரியர்கள் இவர்களைப் பற்றி குறிப்பு தந்தபோது நமது தமிழகத்தின் முதல் பேராசிரியர் பெரியார் என்று எழுதி இருக்கின்றேன்; அவர் சமுதாயத்துறையில் செய்த தொண்டு மிக அதிகம்.அவரது கருத்துகளை, கொள்கைகளை இந்நாட்டு மக்கள் ஏற்று மன வளம் பெறவில்லை. நிலத்தினுடைய வளத்திற்கு தக்கபடிதான் பயிர் வளர முடியும்; அதுபோல மனவளம் பெற்றவர்களால்தான் பெரியாரின் கருத்துகளை வளர்க்க முடியும்.

அவரது தொண்டு வீண் போகவில்லை. பெரியார் அவர்கள் நினைக்கும் அளவுக்கு வேகமான அளவு பெரியாரவர்களின் 30,40 ஆண்டு தொண்டுகளுக்குப் பிறகு புதிதாகக் கட்டப்பட்ட கோயில்கள் எத்தனை, பள்ளிகள் எத்தனை என்று கணக்கில் பார்த்தால் தமிழகத்தில் அறிவுப் புரட்சி நடைபெற்றிருப்பதும் வெற்றி பெற்றிருப்பதும் தெரியும், பெரியாரவர்களின் பகுத்தறிவுப் பிரச்சாரத்தின் வலிமை எவ்வளவு என்பதும் தெரியும்.

அவர் பிரச்சாரத்தைத் தொடங்கிய காலத்தில் பல வகுப்பார் படிப்பதற்கே அருகதையில்லாதவர்கள் என்று ஏட்டிலே எழுதி வைக்கப்பட்டது மட்டுமல்ல; நாட்டிலே சொல்லப்பட்டு வந்தது. அந்த வகுப்பாரே கூட நம்பினார்கள் நமக்குப் படிப்பு வராது என்று. நாம் எதற்காகப்படிக்க வேண்டும் என்று அவர்கள் தெரியாமல் தடுமாறினார்கள்.

நான் கல்லூரியில் பொருளாதார ஆனர்ஸ் வகுப்பை எடுக்கச் சென்ற போது அங்கு ஆசிரியராக இருந்த பார்ப்பனர் ஒருவர், "இந்தப் பொருளாதாரப் பாடம் உனக்கு வருமா? உனக்கேன் இது? வேறு ஏதாவது எடுத்துக் கொள்" என்று கூறி என் ஆர்வத்தைக் குறைக்கப் பார்த்தார். நான்பொருளாதாரத்தையே எடுத்து சிறந்த முறையில் தேர்வும் பெற்றேன்.

"நான் 36 ஆண்டுகளுக்குப் பிறகு தமிழக அரசின் பொறுப்பை ஏற்றுக் கொண்ட பிறகு அது எவ்வளவு உதவியாக இருக்கிறது என்பதை உணர்கிறேன்".

நம் மாணவர்கள் ஒன்றும் அறிவில் குறைந்தவர்கள் அல்லர். அவர்களுக்கு தகுந்த ஊக்கமும் தகுந்த வாய்ப்பும் கொடுத்தால் முற்போக்கு சமுதாயத்தோடு போட்டி போடக் கூடிய அளவுக்கு அவர்கள் முன்னேற்றத்தை அடைந்திருக்கின்றனர் எனக்கு நன்றாக நினைவு இருக்கிறது. நான் ஆயிரமாயிரம் மேடைகளிலே பேசியுள்ளேன்; அதற்கு முன் தமிழகத்தில் தலை சிறந்த வக்கீல்கள் யார் என்றால் ஓர் அல்லாடி கிருஷ்ணசாமிகள், தலை சிறந்த டாக்டர் யார் என்றால் ஒரு ரங்காச்சாரி, நீதிபதி என்றால் முத்துசாமி அய்யர், சிறந்த நிருவாகி யார் என்றால் கோபாலசாமி அய்யங்கார் என்று இப்படித்தான் சொல்லக் கூடியநிலையில் தமிழகம் இருக்கிறது என்று சொல்லிவந்தேன். இன்றைய தினம் எந்தத் துறையில் எடுத்துக் கொண்டாலும் இதுவரையில் பிற் படுத்தப்பட்டவர்கள் என்று இருந்தவர்கள் முதல் தரமான வக்கீல்கள், தலைசிறந்த மருத்துவர்கள் என்று இப்படித் தான் இருக்கிறார்கள்.

சர்.ஏ.ராமசாமி முதலியார் அரசியலில் இருந்து விரட்டப்பட்டார் என்றாலும் அய்தராபாத் சம்பந்தமாக ஏற்பட்ட ஒரு விவகாரத்தினைத் தீர்ப்பதற்கு அய்.நா.வில் பேச அவரை நேரு விரும்பி வேண்டிக் கேட்டுக் கொண்டார்கள் என்றால் அவர் திறமையைக் கருதியே அல்லவா?

சர் ஏ. ராமசாமி அவர் அவர்கள் அய். நா. சென்று வந்தது மட்டுமல்ல; வென்றும் வந்தார். இப்படி நம்மிலே பல அறிஞர்கள் படித்தவர்கள் இருக்கிறார்கள்.

பிற்பட்ட இனம் என்று தவறான காரணங்களைக் காட்டி அடக்கி வைக்கப்பட்டிருந்தவர்கள் இன்று உயர் பதவிகளில் உத்தியோகங்களில் நல்ல செல்வாக்கோடு இருக்கின்றனர், இந்த அளவு அதிகப்பட வேண்டும். பெரியார் அவர்களின் அரை நூற்றாண்டு இடைவிடாத தொண்டினால் ஏற்பட்ட பலன் இது.

நம் நாட்டில் பள்ளிகளுக்கு கட்டடங்கள் கட்டுவதற்கென்று நிறைய பணம் செலவிடும் நிலை இருக்கிறது. மற்ற நாடுகளில் வெளிமாநிலங்களில் கட்டடத்திற்காக இவ்வளவு பொருள் செலவிடுவது கிடையாது.

ஜப்பான் சென்று பார்த்தேன், அவர்கள் வீடுகளைக் கட்டுவதிலே கூட மிக சிக்கனத்தைக் கையாளுகிறார்கள்,

நாம் கட்டடங்களுக்கு கட்ட செலவிடுவதில் டில்லியில் கூட மூன்றிலிரண்டு பாகத்தினைத்தான் கட்டடம் கட்ட செலவிடுகிறார்கள். அய்ந்தாண்டு திட்டங்களில் வெறும் கட்டடங்களை கட்டுவதற்கு மாத்திரம் 1500 கோடி ரூபாய்களை இந்திய அரசு செலவிட்டிருக்கிறது:

கட்டடம் கட்டுவதற்கு போடும் மூலதனத்தைத் கொண்டு பல புதிய தொழில்களை அமைக்கலாம். நம்முடையக் கட்டட கலைஞர்களும் பொறியியல் வல்லுநர்களும் கட்டடங்களுக்கு மிக அதிகமான தொகையை செலவிடச் செய்கின்றனர். நமது கட்டடக் கலைஞர்களும் பொறியியல் வல்லுநர்களும் சேர்ந்து எந்த வகையில் செலவினைக் குறைக்க முடியும் என்பதை ஆராய்ந்து செலவைக் குறைக்க முயற்சிக்க வேண்டும். சென்னை தீவிபத்து நிதிக்காக வசூலான ரூ.38 இலட்சம் என்னிடம் இருக்கிறது. அதில் இதுவரை ரூ.15 இலட்சம்தான் செலவிட முடிந்திருக்கிறது.காரணம், செங்கல் கிடைப்பதில்லை. கேட்டால் எல்லாம் கொடுத்தாகி விட்டது என்று சூளைக்காரர்கள் சொல்லி விடுகிறார்கள்.

100க்கு 90 விழுக்காடு மக்கள் பெரியாரவர்கள் சொன்னது போல் பொதுநல உணர்ச்சியில்லாதவர்களாகவே இருக்கின்றனர், அதே செங்கல் சூளைக்காரரிடம் காண்டிராக்டர்களை அனுப்பினால் கண்ட்ரோல் விலைக்கு அதிகமான விலைக்குக் கொடுக்கத் தயாராக இருக்கின்றனர். கேட்ட அளவு கொடுக்கின்றனர், கட்டப்பட வேண்டிய வீடுகள் கோடிக்கணக்கில் இலட்சக்கணக்கில் இன்னும் பாக்கி

இருக்கிறது. கற்கள் கிடைப்பதில்லை, பெரியாரவர்கள் சொன்னபடி இந்தக் கட்டடம் சிக்கனமான செலவில் வசதியான முறையில் இருக்கிறது. இந்தக் கட்டடத்தைப் பற்றிச் சொல்ல வேண்டுமானால் மங்களூரு ஓடு போட்டு கட்டடம் கட்டியிருக்கிறார்கள். மங்களூரு ஓடுபோட்டிருப்பதால் வெப்பம் மிகுந்து மாணவர்களுக்குத் தொல்லை கொடுக்கும் என்றால் உள்பக்கம் அட்டை அல்லது மூங்கில் பத்தைகளை அடித்து விடுவார்களானால் அதன் மூலம் வெப்பம் தாக்காமல் செய்து கொள்ளலாம். நம் நாட்டில் நூற்றுக்கு 40 பேர் தான் படித்திருக்கிறோம் என்பது கூட உபச்சாரத்திற்கு சொல்லப்படும் வார்த்தையே தவிர உண்மை அல்ல .

மாணவன் இறுதிவரை படிக்காமல் 4ஆவது வகுப்பு வரை படித்து விட்டு அவன் பள்ளியை விட்டு போவானேயானால் அரசுக்காகும் செலவு நமக்காகிறது. தனியார் நிருவாகப் பள்ளிகள் மூலம் எவ்வளவு நஷ்டமாகிறது என்பதை சொன்னார்கள். தமிழக அரசு அதனை அறிந்திருக்கிறது.அதனைப் போக்கவும் முனைந்திருக்கிறது; அதற்கான வழிவகைகளை ஆராய்ந்து கொண்டு வருகிறோம்; விரைவில் அது பற்றிய ஒரு முடிவினை எடுக்க இருக்கிறோம்.

பெரியார் அவர்கள் எடுத்து கொண்டிருக்கிற பணி சமுதாயத்தை மாற்றியமைக்கும் பணியாகும்,

சர்க்காரின் மூலம் மட்டுமே ஒரு சமுதாயத்தை அடியோடு மாற்றியமைத்து விட முடியாது. சர்க்காருக்கு வந்த வலிமை இல்லை,என்னிடம் ஒரு சர்க்கார் அளிக்கப்பட்டிருக்கிறது. என்றாலும், அது ஒரு பெரிய சர்க்காருக்குக் கட்டுப்பட்டு காரியமாற்ற வேண்டிய ஒன்றே தவிர, தன்னிச்சையாக காரிய மாற்ற முடியாது. இதனை பெரியாரவர்கள் நன்கு அறிவார்கள். உலகத்திலே எந்த நாட்டிலேயும் சர்க்காரால் சாதித்ததைவிட தனிபட்ட சீர்திருத்தவாதிகளாலேயே சமூகம் திருத்தப்பட்டிருக்கிறது.

அந்த முறையில் பெரியார் அவர்கள் தரும் பெரும் பேருரைகளால் அவருடைய சலியாத உழைப்பினாலே, அவர் தந்துள்ள பகுத்தறிவுக் கருத்துக்களினாலே இன்றைய தினம் நம் சமூகம் மிக நல்ல அளவிலே முன்னேறிக் கொண்டு வருகிறது. அவருக்கு திருப்தி ஏற்படுகிற வகையிலே இல்லாம லிருந்தாலும் என்னைப் போன்றவர்கள் இந்தளவுக்குக்கூட மாறுமா என்று எண்ணிப் பார்த்ததில்லை.

ஒருமுறை பெரியாரும் நானும் ஈரோட்டுக்குப் பக்கத்தில் ஈங்கூர் என்னும் கிராமத்தில் சுயமரியாதைப் பிரச்சாரத்திற்காகச் சென்றோம். அந்த ஊரில் இருந்த பெரிய மனிதர் ஒருவர் நாங்கள் பேசிய இடத்திற்குப் பக்கத்தில் உட்கார்ந்து கொண்டு அந்த ஊரில் உள்ள மற்றவர்களை விட்டு நாங்கள் பேசிக் கொண்டிருக்கிற இடத்தில் காற்றடிக்கும் பக்கம் பார்த்து சாம்பலைத் தூவிக் கொண்டேயிருக்கச் சொன்னார். பெரியாரும் பேசிக் கொண்டேயிருந்தார். நான் பேசும்போது குறிப்பிட்டேன் - சாம்பல் தூவிக் கொண்டேயிருக்கிறீர்கள், அது பெரியாரை என்ன செய்யும்? தாடியிலே படலாம். அது ஏற்கெனவே வெள்ளை.... அதனால் எந்தக் கெடுதலும் வராது என்று பேசினேன்.

இப்போது பெரியார் பேசும் பேச்சுகளை கேட்டால் ஒரு கணம் மயக்கம் வருகிறது. அடுத்து ஒருவரையொருவர் சந்தித்துப் பேசும் போது நியாயம்தான் தேவை. தான் என்ற எண்ணம் தான் வருகிறதே தவிர, அதைக் கேட்ட உடனே பதறிய காலம், பகைத்து எழுந்த காலம், இவர்களைப் படுகொலை செய்து விடலாகாது என்று பேசிக்கொண்டிருந்த காலம் இந்தக் காலங்கள் எல்லாம் அந்தகாலங்களாகிவிட்டன.

இப்போதிருக்கும் காலம் மிகப் பக்குவம் நிறைந்தகாலம். பெரியார் அவர்களின் கருத்துகளை சட்டமூலம் செயல்படுத்த இந்த சர்க்காரின் அதிகார எல்லைக்குட்பட்டு, என்னென்ன செய்யமுடியுமோ அவைகளைச் செய்ய எப்போதும் தயாராக இருக்கிறேன்!

பெரியாரவர்கள் எடுத்து சொல்கிற கருத்துகளையும் கொள்கைகளையும் பரப்புவதற்கு செயலாக்குவதற்கு நான் தயாராக இருக்கிறேன். சர்க்காரிலே இருந்து கொண்டு ஏதோ சில காரியங்களைச் செய்யவா? அல்லது விட்டு விட்டு உங்களோடு வந்து தமிழகத்திலே இதே பேச்சைப் பேசிக் கொண்டு உங்களோடு இருக்கவா என்பதை முடிவு செய்யும் பொறுப்பை பெரியாரவர்களுக்கே விட்டு விடுகின்றேன். அவர் "என்னோடு சேர்ந்து பணியாற்று" என்றால் அதற்குத் தயாராக இருக்கின்றேன்.

கோலாரிலே தங்கம் கிடைக்கிறது என்றால், பூமியை வெட்டியவுடன் பாளம்பாளமாக அது கிடைப்பதில்லை. கல்லை வெட்டி அதை அரைத்து, கரைத்து, காய்ச்சியபின் தான் மின்னும் தங்கத்தை எடுக்கின்றனர். அவ்வளவு கஷ்டப்பட வேண்டியிருக்கிறது. அதுபோன்று தான் சமுதாய சீர்திருத்தப் பணியாகும்.

பெரியாரவர்களுக்கு நாம் தந்துள்ள சமுதாய சீர்திருத்த வேலை - அவர் இறுதி மூச்சு உள்ளவரை செய்து தீர வேண்டிய வேலை. ஏனென்றால், அந்தப் பணியைச் செய்வதற்கு அவரைத் தவிர வேறு ஆள் இல்லை. நேற்று இருந்ததில்லை. நாளை வருவார்களா என்பதும் அய்யப்பாட்டிற்குரியது. பெரியார் அவர்கள் செய்யும் வேலையில் ஒரு மன நிம்மதியோடு இருக்கலாம். தமிழகம் இன்று எந்தப் புதுக் கருத்தையும் ஏற்றுக் கொள்வதற்கும் தாங்கிக் கொள்வதற்கும் தயாராக இருக்கிறது. அது செயல் வடிவத்திலே வருவதற்கு சில ஆண்டுகள் பிடிக்கலாம்.

அவரது கொள்கைகளும், கருத்துகளும் இன்னும் முற்றும் செயல் படவில்லை. அது செயல் வடிவத்திற்கு வருவதற்குப் பல ஆண்டுகள் பிடிக்கலாம்.ஆனால், அது செயல்பட்டே தீரும். பெரியாரவர்கள் எடுத்துக் கொண்டிருக்கும் பணி மிகச்சிறந்த பணி. நம் நாட்டிற்கு மிகத் தேவையான பணி. அதை நிறைவேற்றக் கூடிய ஆற்றல் பெரியாரவர்களுக்கே உண்டு. அவருக்கு ஓய்வு கொடுத்து, அவரது வேலையை நாம் மேற்கொள்ள வேண்டும். ஆனால், நான் ஏற்றுக் கொண்டிருக்கிற துறை வேறு; அவர் ஏற்றுக் கொண்டிருக்கிற துறை வேறு, நான் மேற்கொள்ளும் முறை வேறு; அவர் கொள்ளும் முறைவேறு. இந்தத் துறை இல்லை என்றாலும், இந்தத் துறை இல்லை என்றால் அந்தத் துறை இல்லை. அந்தத் துறை இல்லை என்றால் இந்தத் துறை இல்லை என்ற வேலையாய் உள்ளது.

பள்ளிக் கூடங்களில் மாணவர்கள் பகுத்தறிவுவாதிகளாக இருக்க வேண்டுமென்றால் ஆசிரியர்கள் பகுத்தறிவுவாதிகளாக அமைய வேண்டும். ஓர் உதாரணம் கூறவேண்டுமானால்,

'கற்க கசடறக் கற்றவை கற்றபின்
நிற்க அதற்குத் தக'(குறள் 391)

என்பது குறள். இதற்கு பகுத்தறிவுள்ள ஆசிரியர் ஒரு மாதிரியான கருத்தையும், வைதீக மனப்பான்மையுள்ள ஆசிரியர் ஒரு விதமான கருத்தையும் சொல்வார்கள். பகுத்தறிவுள்ள ஆசிரியராக இருந்தால் அக்குறளுக்கு உங்கள் மனதிலிருக்கிற அறியாமை என்கிற அழுக்குப் போக படியுங்கள் - இலக்கியங்களை - மேல்நாட்டு இலக்கியங்களை சரித்திரங்களை விஞ்ஞான நூல்களைப் படியுங்கள். படித்த பின் அதில் சொல்லியிருக்கிறதை உங்கள் அறிவு கொண்டு சிந்தித்து அதன் படி நடந்து கொள்ளுங்கள் என்று பொருள் கூறுவார்.

அதே குறளுக்கு வைதீக மனப்பான்மையுடய ஆசிரியர் நீங்கள் முன் ஜென்மத்தில் செய்த பாவ அழுக்குப் போகும் படியாக இராமாயணம் பாரதம் போன்றவைகளைப் படியுங்கள், அவற்றில் சொல்லியிருக்கிறபடி நடந்து கொள்ளுங்கள், அதுதான் நீங்கள் செய்த பாவத்தைப் போக்கும் என்று அவர் விளக்கம் கூறலாம்.

நமது நாட்டிற்கு புதிய முறைகளில் கருத்துகளை சொல்லக்கூடிய ஆசிரியர்கள் நிறைய தேவை! பல ஆண்டுகளுக்கு முன்பு 'காஞ்சி உயர்நிலைப் பள்ளியில் நான் எஸ்.எஸ்.எல்.சி படித்துக் கொண்டிருந்த போது மாணவர்கள் குடிப்பதற்காகவென்று இரு பானைகளில் தண்ணீர் ஊற்றி வைத்தார்கள். ஒரு பானைக்கருகே ஒரு பார்ப்பனர் அமர்ந்து கொண்டு பார்ப்பனர் அல்லாத மாணவர்களுக்கு அவர் தண்ணீரை எடுத்துக் கொடுப்பார். மற்ற பானையில் பார்ப்பன மாணவர்கள் தாங்களே சென்று தண்ணீரை எடுத்து குடித்தார்கள். எங்களுக்குத் தண்ணீர் கொடுக்கும் அந்த அய்யர் ஒவ்வொரு முறையும் என்னை Mediteranion Sea (மத்திய தரைக் கடல்) என்பதற்கு 'Spelling' சொல் என்பார்.

அதுபோல அவர் கேட்க மறக்கும் போதெல்லாம் நான், 'Spelling' கேட்கவில்லையே சார் என்று நானாகவே கேட்பேன். அப்படி ஒரு காலம் ஒரு இருந்தது. இன்றைய நிலை அப்படியில்லை. கல்வி கற்பிக்கும் ஆசிரியர்கள் மனம் நல்ல முறையிலே அமைய வேண்டும். அவர்கள் மாணவர்களுக்கு நல்ல கருத்துகளை எடுத்துச் சொல்ல வேண்டும். அப்படி மட்டும் அவர்கள் செய்வார்களானால் பெரியார் அவர்கள் சொல்கிறபடி நாம் செலவழிக்கிற பணத்திற்கு முழு பலன் கிடைக்காவிட்டாலும் முக்காலளவு பலனாவது கிடைக்கும் படியாக சிரியர்கள் தொண்டாற்ற வேண்டும்.

ஒரு நாள் பள்ளிக் கூடத்திலிருந்து திரும்பிய என்னுடைய கடைசிப் பையன், 3ஆவது பாரம் படிப்பவன் என்னிடம் வந்து, "என் ஆசிரியர் இராவணனுக்கு 10 தலை" என்று சொன்னார். ஏனப்பா, இராவணனுக்கு 10 தலையாமே, அது எப்படியப்பா அமைந்திருக்கும்? மேல்கீழ் வரிசையாகவா? பக்கவரிசையாகவா? அப்படியானால் அவன் எப்படி படுப்பான்? ஒருக்களித்து, கவிழ்ந்து படுக்க முடியாதே? என்று கேட்டான்.

எனக்கும் தெரியாது, நான் சினிமா படத்தில் இராவணனைப் பார்த்தது தான் என்று அவனுக்கு ஏதோ சமாதானம் சொல்லி அனுப்பிவிட்டேன். இதையே அவன் ஆசிரியரிடம் கேட்ட போது,

'அதிகப்பிரசங்கி' நான் சொல்வதைக் கேள் அதற்கு மேல் ஒன்றும் கேட்காதே என்று கண்டித்திருக்கிறார்.

நான் சமீபத்தில் தாய்லாந்து சென்றிருந்தபோது தாய்லாந்திலுள்ள பாங்காக் நகரத்தில் புத்த மடாலயத்திற்கும் போனேன். அங்கு சுவரில் இராமாயணகதை சித்திரமாக சித்தரிக்கப்பட்டிருந்தது. அதில் இராவணனுக்கு இங்கிருப்பது போல் இல்லாமல் முதலில் 4, பின் 3, அதற்குமேல் இரண்டு, அதற்கு மேல் ஒன்று என்று பானை அடுக்குவது போல அடுக்கி இருக்கிறது. அப்போது எனது கடைசிப் பையன் கேட்ட கேள்விக்கும் இங்குள்ள இராவணனுக்கும் ஒப்பிட்டுப் பார்த்தேன்.

ஆசிரியர்கள் பகுத்தறிவு உணர்ச்சியோடு சொல்லிக் கொடுப்பார்களானால் இன்னும், 10 ஆண்டுகாலத்தில் நமது மாணவர்கள் மற்ற உலக மாணவர்களோடு போட்டி போடக்கூடிய அளவிற்கு அறிவில் முன் நிற்கக்கூடிய அளவில் செய்துவிட முடியும், நமது பள்ளிகளில் கல்லூரிகளில் சொல்லிகொடுக்கப்படுகிற கல்வி அவன் கல்லூரியைவிட்டு வெளியேறும் போது வெறும் எழுத்தறிவுக்குப் பயன்படுகிறதே தவிர, பகுத்தறிவுத்துறைக்கு அறிவுக்குப் பயன்படக்கூடியதாக இல்லை.

பள்ளிக் கூடங்கள் எழுத்தறிவுப் பிரசாரம் செய்ய, பெரியாரவர்கள் பகுத்தறிவுப் பிரச்சாரம் செய்ய இவை இரண்டும் அமைந்தால்தான் சமுதாயம் சீர்திருந்தமுடியும்.

இப்போது, நாட்டிலிருக்கிற கல்வித் திட்டத்தை மாற்றியமைக்க வேண்டியது அவசியந்தான். அதுபற்றி கல்வி நிபுணர்களோடு கலந்து ஆலோசித்து புது கல்வி திட்டம் வகுக்கவேண்டும்.

இன்று பெரியாரவர்கள் எனக்குப் பொன்னாடை போர்த்தினார்கள். எனக்கு உண்மையாகவே இது பெருமைதான். இதைவிட நான் என்னவோ பெருமையாகக் ஞாபகமிருக்கிறதோ கருதுவது பெரியாரவர்களுக்கு; எனக்கு ஈரோட்டில் முதன் முதல் நகராட்சியில் வரவேற்பு கொடுக்கச் செய்து சால்வை போர்த்தினார்கள். அதை என் வாழ் நாளில் மறக்கமுடியாது. எனக்கு முதன் முதல் வரவேற்பு என்பதே ஈரோட்டில் நகராட்சியால் கொடுக்கப்பட்டதுதான். அதன் பின் இப்போது நிறைய வரவேற்பு கொடுக்கிறார்கள் என்றால், அவை எனக்காக அல்ல; பதவிக்காகக் கொடுக்கப்படுவதேயாகும். பெரியாரவர்கள் இடையிலே சில

பேரறிஞர் அண்ணா 49

வருடங்கள் எனக்குக் கொடுக்க வேண்டிய பரிசுகளையெல்லாம் கொடுக்காமல் ஏமாற்றி விட்டார்கள்.

இன்றுமுதல் நானிருக்கிற இடத்தில் அவருடைய கருத்திருக்கும்; அவரிருக்கிற இடத்தில் நானிருப்பேன். எனவே, நீங்கள் இனி மேலும் பெரியாரும் அண்ணாதுரையும் ஒரே மேடையில் உள்ளார்கள், ஒன்று சேர்ந்து விட்டார்கள் என்று சொல்வது, அரசியல் உலகத்தில் யாரோ சிலருக்கு ஒருவித சந்தேகத்தை உண்டாக்கி, அவர்கள் இருவரும் ஒன்று சேர்ந்து விட்டார்களாமே என்கிற கலவரத்தையும் உண்டாக்கக் கூடுமாதலால் இனி அப்படிக்கூற வேண்டாமென நண்பர்களை நான் கேட்டு கொள்கிறேன்.

நாம் அவரை வெகுவாக கஷ்டப்படுத்தி விட்டிருக்கிறோம். அவர் இப்போது ஓய்வெடுத்துக் கொண்டு கட்டளையிட வேண்டிய வயது. அவரது தொண்டினை நாம் மேற்கொள்ள வேண்டும். அப்படிப்பட்ட சூழ்நிலை நமக்கு ஏற்படவில்லை. அதனாலே நாம் அவருக்குக் காட்டவேண்டிய நன்றியைக் காட்ட கடமைப் பட்டவராவோம். நன்றியைக் காட்டிக் கொள்வதில் நான் முதல்வனாக இருப்பேன் என்பதையும் தெரிவித்துக் கொண்டு, மேலும் மேலும் கல்வித்துறையில் என்னால் இயன்ற பணியினைச் செய்வேன் என்பதையும் உறுதியோடு தெரிவித்துக் கொள்கிறேன் என்றார்.

நாகரசம்பட்டி திராவிடர் கழகத் தலைவர் திரு. பரமசிவம் அவர்கள் நன்றிகூற விழா 2:30 மணி அளவில் இனிது முடிவுற்றது. விழாவிற்கு வந்திருந்த அனைவருக்கும் சிறப்பான முறையில் பகல் விருந்தளிக்கப்பட்டது.

★★★

இந்திக்கு இங்கு இடமில்லை

(23.01.1968 அன்று இருமொழிக் கொள்கை சட்ட மசோதாவை முன்மொழிந்து முதலமைச்சர் அண்ணா ஆற்றிய உரை)

பேரவைத் தலைவர் அவர்களே! என்னுடைய திருத்தத் தீர்மானத்தில் கீழ்க்கண்டவாறு திருத்தம் செய்து கொள்ளப் பேரவையின் அனுமதியை நான் கோருகிறேன்.

"மொழித் திருத்தச் சட்டத்துடன் நிறைவேற்றப்பட்டுள்ள தீர்மானம், இந்தி பேசாத பகுதி மக்களுக்கு அநீதியையும், சங்கடத்தையும், புதிய பளுவையும் உண்டாக்குகிற படியால், அந்தத் தீர்மானம் அமலாக்கப்படக்கூடாது என்பதில் பல அரசியல் கட்சிகளும் ஒருமித்த கருத்து தெரிவித்திருப்பதைக் கவனத்திற்கொண்டு, மத்திய அரசு உடனடியாக அந்தத் தீர்மானத்தை நீக்கி வைத்து, இந்தி பேசாத மக்களுக்குச் சங்கடமும், பளுவும் ஏற்படாத ஒரு முறையை வகுக்க வேண்டுமென்று இந்த மன்றம் வலியுறுத்துகிறது" என்ற பகுதியுடன் கீழ்க்கண்டவற்றை இணைக்க வேண்டும். "மொழிப் பிரச்சினை பற்றி ஆய்ந்தறியவும், மொழிச் சட்டத்துடன் நிறைவேற்றப்பட்டுள்ள தீர்மானத்தால் விளையும் தீங்கை அகற்றும் வழி காணவும், எல்லா அரசியல் கட்சித் தலைவர்களையும் கொண்ட ஒரு மேல்மட்ட

மாநாட்டை இந்தியப் பேரரசு கூட்ட வேண்டும் என்று இம்மன்றம் கேட்டுக் கொள்கிறது."

பேரவைத் தலைவர்: மாண்புமிகு முதலமைச்சர் அவர்களுடைய திருத்தத் தீர்மானத்துடன், இந்தத் திருத்தத்தையும் இணைத்துக் கொள்ளலாம் என்பதைக் குறித்து, பேரவை அனுமதி அளிக்க வேண்டும் என்று கோரப்படுகிறது. (பேரவையின் முழு அனுமதி அளிக்கப்பட்டது.)

முதலமைச்சர் அண்ணா (தொடர்ந்து): மாண்புமிகு பேரவைத் தலைவர் அவர்களே! என்னுடைய திருத்தத் தீர்மானத்தோடு புதிதாக இன்று பின்வரும் தீர்மானத் திருத்தத்தையும் இணைத்துக் கொள்ளப் பேரவையின் அனுமதியைக் கோருகிறேன்.

"தமிழகத்தில் தமிழ் பயிற்சி மொழியாகவும், பாடமொழியாகவும் எல்லாக் கல்லூரிகளிலும் நிருவாக மொழியாகப் பல்வேறு துறைகளிலும் அய்ந்தாண்டுக் காலத்துக்குள் நடைமுறைக்கு வருவதற்கான துரிதமான நடவடிக்கையை மேற்கொள்ளுவது என்று இம்மன்றம் தீர்மானிக்கிறது."

மாண்புமிகு பேரவைத் தலைவர்: இத்திருத்தத் தீர்மானத்திற்குப் பேரவை அனுமதி அளிக்கிறது!

முதலமைச்சர் அறிஞர் அண்ணா (தொடர்ந்து): இன்றைய தினம் இது வரையில் பல உறுப்பினர்கள் கலந்து கொண்டு தத்தமது கருத்துகளை மிகத் தெளிவான முறையில் விளக்கியிருப்பதைக் கேட்டு நான் மிகுந்த பலன் அடைந்திருக்கிறேன் என்பதை முதலிலே தெரிவித்துக் கொள்கிறேன்.

அதிலும், மொழிப் பிரச்சினையிலே தொடங்கிய விவாதம், வேறு பல பிரச்சினைகளையெல்லாம் உள்ளடக்கியதாக அமைந்திருந்தது.

நமது நண்பர் - எதிர்க்கட்சித் தலைவர் அவர்கள் பேசும்போது, "எல்லையற்ற பொறுமை நமக்கு வேண்டும்" என்ற முறையில் கூறினார்கள். எல்லையற்ற பொறுமை மட்டுமல்ல; என்னைப் பொறுத்தவரையில், தங்குதடையற்ற நட்பையும் கொடுக்க நான் தயாராக இருக்கிறேன். இந்தத் திருத்தத் தீர்மானத்தின் மூலம், நாங்கள் முன்னாலேயே கொண்டிருந்த பிரிவினைத் திட்டத்தை மீண்டும் மறைமுகமாகப் புகுத்த இருக்கிறோம் என்று எதிர்க்கட்சித் தலைவர் எடுத்துச் சொன்னார்.

இதை விவாதத்திற்காகப் பயன்படுத்தியிருப்பார்களேயானால், அவருடைய சாமர்த்தியத்தைப் பாராட்டுகிறேன். உண்மையில் அவர் நம்புவதாக இருந்தால், அவருடைய தவறான கருத்தைத் திருத்த விரும்புகிறேன்.

காரணம், எங்களுக்கு உள்ளபடியே பிரிவினையிலே நாட்டம் இருக்குமானால், இந்தக் குழப்பம் வளர்வதற்குத்தான் ஆக்கம் கொடுத்துக் கொண்டிருப்போம். இந்தக் குழப்பத்தைத் தீர்ப்பதற்கு முன் வந்திருக்க மாட்டோம்.

நண்பர் மூக்கையாத்தேவர் அவர்கள் எடுத்துச் சொன்னபடி 'நாம் பிரிவினை கேட்க வேண்டியதில்லை; அவர்களே பிரித்து விடுவார்கள்' என்ற நிலை வடநாட்டில் இருந்து வருகிறது. அவர் வடநாட்டிற்குச் சென்று பார்த்து வந்ததாகக் கூறினார்.

இப்படிப்பட்ட நேரத்தில், நாடு பிரிக்கப்பட வேண்டும் என்பதற்காகவே நான் இந்தக் காரியத்தைச் செய்கிறேன் என்று கருதுவார்களேயானால், உள்ளபடி நாடு பிரிவினையாவதற்காக, இந்தக் குழப்பத்தை வளரச் செய்வதில்தான் அக்கறை காட்டியிருப்பேனேயன்றி, குழப்பங்களைத் தீர்ப்பதில் அல்ல என்பதைத் தெரிவித்துக் கொள்கிறேன்.

இன்னும் ஒன்று - அவர்கள் பேசும்போது, "நாடு பிரிவினையாவதை, காங்கிரஸ்காரர்களாகிய நாங்கள் விடமாட்டோம். காங்கிரஸ்காரர்கள் இதைத் தடுத்தே தீருவார்கள்" என்று கூறினார்கள்.

நானே அந்த நிலைக்கு வராதபோது, 'வந்தால் தடுத்து நிறுத்துவோம்' என்று கூறுவது சரியல்ல என்பதைத் தெரிவித்துக் கொள்கிறேன்.

ஒன்று நினைவிற்கு வருகிறது; ஓர் ஊரிலே கால் இழந்த ஒருவன் 'டோல் கேட்'டிலே இருந்த இடத்திலே உட்கார்ந்து கொண்டு, 'வந்தால் விடமாட்டேன், வந்தால் விடமாட்டேன்' என்று அவ்வழியே செல்லும் வண்டிக்காரர்களைப் பார்த்துக் கூறிக்கொண்டிருந்தான் என்று சொல்லுவார்கள். அதைப்போல், 'வந்தால் விடமாட்டோம்' என்பது நகைப்பிற்குத்தான் இடமாக இருக்கிறது.

எங்களுக்குப் பிரிவினைக் கிளர்ச்சியை ஆரம்பிக்க வேண்டுமென்ற எண்ணம் இல்லை; எந்த இடத்திலேயும் அந்த எண்ணம் எனக்கு இல்லை. இந்திய அரசு மேற்கொள்ளுகிற

மொழிக் கொள்கை நாட்டுப் பிரிவினைக்கு வழிகோலும் என்பதை எடுத்துக்காட்டிக் கொண்டிருக்கிறேனே தவிர, நான் இந்தப் பிரிவினையை ஆதரிப்பதாக இருந்தால், அது வரலாற்றுப் புத்தகத்தில் அச்சேறும்படி ஒரே வரியில் செய்யலாம்.

நான் இந்த மாமன்றத்தைக் கூட்டி, "இன்று முதல் தமிழகம் தனிநாடாக ஆகிறது; தமிழ் வாழ்க" என்று சொல்லிவிட்டு வெளியேறலாம். (பலத்த கைதட்டல்) அதிலிருந்து, நான் அரசியல் வாழ்க்கையிலிருந்து அப்புறப் படுத்தப் படலாம்; பொது வாழ்க்கையிலிருந்தும் வெளியேற்றப்படலாம்.

ஆனால், சரித்திரத்தில் என் பெயர் இடம் பெற்றுவிடும். ஆனால், அப்படிப்பட்ட கட்டத்தில் நாம் இல்லை. நாம் என்கிறபோது என்னையும் இணைத்துக் கொண்டுதான் இதைச் சொல்கிறேன்.

ஆகவே, இது பிரிவினைக்காகப் பேசப்படுவது என்று அவர்கள் குற்றம்சாட்டத் தேவையில்லை என்பதைத் தெரிவித்துக் கொள்ளுகின்றேன். பிரிவினையைத் தடுக்க ஆயிரக்கணக்கான - இலட்சக்கணக்கான தோழர்கள் எல்லாம் இருக்கிறார்கள் என்று நீங்கள் சொல்லுகிறபோதுதான் சில காரணங்களைக் காட்ட வேண்டியிருக்கிறது.

நான் பிரிவினைப் பிரச்சாரம் செய்த நேரத்தில், அது மக்கள் செவியில் விழக்கூடாது என்று நீங்கள் பலமான எதிர்ப்பிரச்சாரத்தில் ஈடுபட்டிருந்தீர்கள். அதில் நீங்கள் வெற்றி காணவில்லை. நான் பிரிவினையைப்பற்றி விளக்கிக் கொண்டிருந்த நேரத்தில், நாளுக்கு நாள் எங்களுக்கு ஆதரவு பெருகிவந்தது. அதன் காரணமாக, இந்தியப் பேரரசு இந்திய அரசியல் சட்டத்திலே திருத்தம் செய்தது. லோக் சபையில் பாராளுமன்ற உறுப்பினர் திரு. பி.என்.சாப்ரூ அவர்களும், நாகபுரியிலிருந்து வந்த திரு. ஏ.டி. மணி அவர்களும் ராஜ்யசபையில் பேசிய பேச்சு, கனம் எதிர்க்கட்சித் தலைவருக்குத் தெரியும். 'ஒருவருடைய பேச்சுக்காக இந்திய அரசியல்சட்டம் திருத்தப்பட்டது இதுதான் முதல்முறை' என்று கூறியுள்ளார். இது எங்கள் சாமர்த்தியத்திற்கு அடையாளம் என்றோ, அவர்களது திறமைக் குறைவுக்கு அடையாளம் என்றோ சொல்ல வரவில்லை. பிரிவினைப் பேச்சு மக்களுடைய செவியில் விழக்கூடாது என்று அரசியல் சட்டத்தைத் திருத்திவிட்டீர்கள்; ஆனால், அறிவுபூர்வமான முறையில் மக்களை உங்கள் பக்கம் இழுக்கத் தவறிவிட்டீர்கள். (சிரிப்பு)

அது என்னுடைய சாமர்த்தியத்திற்கு அடையாளம் என்று நான் சொல்லவில்லை. நாம் எல்லாம் ஒருவருக்கொருவர் நெருங்கிய நண்பர்கள் நாங்கள் பிரிவினையைப் பிரச்சாரம் செய்து கொண்டிருந்த நேரத்தில், 'நாங்கள் கூறுவது நியாயம்' என்று நாட்டு மக்களில் ஒரு பகுதியினர் உணர்ந்தனர்.

நீங்கள் எதிர்த்த நேரத்தில், 'இது நியாயம் அல்ல' என்று கண்டார்கள். ஆகையால் எங்கள் பிரச்சாரத்தில் வலிவையும், உங்களுக்கு வலிவற்ற தன்மையையும் அது கொடுத்தது. அது உங்கள் திறமைக் குறைவு என்று எடுத்துக் கொள்ளத் தேவையில்லை.

ஒருவருக்கொருவர் தனிப்பட்ட முறையில் அவரவரைப் பற்றி ஒரு மனமயக்கம் வரும். நம்முடைய சட்டமன்றத்தைப் பொறுத்தவரையில், மனமாச்சரியம் எதுவுமின்றி, மிகக் கண்ணியமான முறையில் நாம் நடத்திக்கொண்டு வருகிறோம்.

கொஞ்சம் கேலியாகப் பேசினாலுங்கூட, ஒருவருக்கொருவர் சிரித்து மகிழ்வோமே தவிர, ஆத்திரப்பட்டுக் கொள்வதில்லை.

நண்பர் பாலசுப்பிரமணியம் (ச. சோ.) அவர்கள் பேசியதைக் கேட்டேன். அவர்கள் பேசும்போது, 'பெர்னாட்ஷாவே பின்னால் ஆங்கில மொழியைப் படிக்கவில்லை' என்று கூறினார்.

பெர்னாட்ஷா ஆங்கிலேயர் அல்லர். அவர் அய்ரிஷ்காரர். அவர் தமது நாடகத்தில் ஆங்கிலேயர்களைக் கேலி செய்வதையே பொழுது போக்காக வைத்திருந்தார்.

'அவரே வெறுத்து விட்ட ஆங்கிலத்தை' என்று சொல்லாமல் 'எங்களுடைய கட்சி வெறுக்கிறது' என்று நண்பர் பாலசுப்பிரமணியம் சொல்லியிருக்கலாம். எப்படியும் அவர் தங்களுடைய நிலையைத் திட்டவட்டமான வகையில் எடுத்துச் சொல்லியிருக்கிறார்.!

ஆனால், நண்பர் திரு. கருத்திருமன் அப்படிச் சொல்ல முடியாமல் இருப்பது, அவருக்கே உள்ள சங்கடம் என்ன என்பதை என்னால் உணர்ந்து கொள்ள முடிகிறது.

நண்பர் திரு. கருத்திருமன் சொல்லிக் கொண்டதெல்லாம், அவர் சொன்ன வாசகத்தையே எழுதி வைத்துக் கொண்டிருக்கிறேன்.

"ஏன் சட்டப் பேரவையை மிக அவசரமாகக் கூட்டினீர்கள்? கற்றவர்களும் பொதுமக்களும் என்ன கருதுகிறார்கள் என்று அறிவோம்" என்றார்.

நீங்கள் எல்லாம் பொதுமக்களுடைய பிரதிநிதிகள் - மக்களின் கருத்தை எடுத்துத் தெரிவிப்பீர்கள் என்று உங்களை அழைத்திருக்கிறேன். நண்பர் திரு. கருத்திருமன் அவர்களிடத்தில் நான் கேட்டு விட்டு, "உங்கள் கருத்து இருக்கட்டும்; கற்றவர்களிடம் கொஞ்சம் கேட்டு வருகிறேன்" என்றால், அது அவருக்கே இழிவைத் தரும்.

நீங்கள் எல்லாம் கற்றவர்கள் இல்லையா? தனியாகப் பொது மக்களுடைய அபிப்பிராயத்திற்கு அனுப்ப வேண்டுமென்ற நிலைமை இதில் ஒன்றும் இல்லை.

மொழிப் பிரச்சினை 1937ஆம் ஆண்டிலிருந்து 1967ஆம் ஆண்டு வரையில் ஒவ்வொரு வடிவிலேயும், ஒவ்வொரு கோணத்திலேயும் தொடர்ந்து இருந்து வந்திருக்கிறது. இதைப் பற்றிய எல்லா முறைகளும் எல்லாருக்கும் தெரியும். எல்லா நிலைமைகளையும் எல்லாரும் அறிந்திருக்கிறார்கள்.

புதிதாக யாரும் புதிய நிலைமைகளைத் தெரிந்து கொள்ள வேண்டிய அவசியம் இல்லை. அந்த அளவுக்கு இந்தப் பிரச்சினை புரிந்திருக்கிறது. ஆகையால், பொது மக்களுடைய அபிப்பிராயத்தைத் தெரிந்துகொள்ள வேண்டும் என்பதற்காக, இந்தத் தீர்மானத்தை விடவேண்டும் என்ற கருத்துக்கு இணங்க முடியாத நிலைமையில் நான் இருப்பதற்கு வருந்துகிறேன்.

அவர் கேட்டு ஒத்துக்கொள்ள முடியாத நிலைமை வந்ததே என்று வருந்துகிறேன். அவரது கருத்தை நான் ஒத்துக்கொள்ள மறுக்கிறேன் என்று சொல்ல முடியாது. அவரது தீர்மானத்திலுள்ள மிக முக்கியமான கருத்தை, நான் என்னுடைய திருத்தத் தீர்மானத்திலேயே இணைத்துக் கொண்டிருப்பதிலிருந்து அவருக்கு மதிப்பளிக்க வேண்டும் என்பதில் நான் தயக்கம் காட்டவில்லை என்பது தெரியும்.

ஆனால், பிரச்சினையை ஒத்திப்போட வேண்டும் என்பதற்கு, நான் இணங்குவதற்கு இல்லை என்று தெரிவித்துக் கொள்கிறேன்.

அவர்கள் இன்னொன்றும் சொன்னார்கள். மற்றும் பல உறுப்பினர்களும் குறிப்பிட்டார்கள். குறிப்பாக, காங்கிரஸ் கட்சியைச் சார்ந்த மெம்பர்கள், "ஒருமைப்பாடு முக்கியமா? மொழிப் பிரச்சினை முக்கியமா?" என்று கேட்டார்கள்.

அதைத்தான் நானும் திருப்பித் திருப்பிக் கேட்கிறேன். பார்க்கிற உங்களை எல்லாம் கேட்கிறேன். வருகிற மக்களை எல்லாம் கேட்கிறேன். என்னுடைய குரல் நெடுந்தூரம் வரைக்கும் எட்டும் என்றால், டெல்லியில் உள்ளவர்களை எல்லாம் கேட்கிறேன். "தேச ஒருமைப்பாடு முக்கியமா? மொழி முக்கியமா? தேச ஒருமைப்பாடுதான் முக்கியம் என்றால், இவ்வளவு மனக் கிலேசத்தை உண்டாக்குகின்ற மொழிப் பிரச்சினையை ஏன் கிளப்பினீர்கள்? அந்த மொழிப் பிரச்சினையைக் கிடங்கில் போட்டு வையுங்கள். பின்னால் பார்த்துக் கொள்ளுங்கள். ஓர் அமைதியான சூழ்நிலையில் அதைப் பற்றி ஆழ்ந்து சிந்தித்துக் கொள்ளலாம்" என்று கனம் ராஜாஜி அவர்கள் சொல்கிறார்களே, ஏன் நீங்கள் அதைக் கேட்கவில்லை? உண்மையிலேயே ஒருமைப்பாடு முக்கியம் என்று நீங்கள் கருதுவீர்களேயானால், கனடா நாட்டில் உள்ளவர்களைப் பார்க்க வேண்டும்.

பிரெஞ்சு மொழி பேசுகின்ற மக்களும் ஆங்கில மொழி பேசுகின்ற மக்களும் இன்று அல்ல, நேற்று அல்ல; கடந்த 300 ஆண்டுகளாக அங்கே சேர்ந்து வாழ்ந்து வந்திருக்கிறார்கள். 150 ஆண்டுகளுக்கும் மேலாக, ஒரே நிருவாகத்தின்கீழ் ஒன்றாக இணைந்து வாழ்ந்து வந்திருக்கிறார்கள்.

அந்த நாட்டில் கியூபெக் பகுதியில் உள்ளவர்கள் மட்டும்தான் பிரெஞ்சுமொழி பேசுகின்றார்கள். மற்ற எல்லா இடங்களிலும் ஆங்கில மொழி பேசுகின்ற மக்கள்தான் இருக்கிறார்கள். 150 ஆண்டுகளுக்கு மேல் ஒரே நிருவாகத்தின் கீழ் பிரெஞ்சுமொழி பேசுகின்றவர்களும் ஆங்கிலமொழி பேசுகின்றவர்களும் இருந்து வந்திருக்கின்றபோது, இன்றைக்கு ஆங்கில மொழி பேசுகின்றவர்கள், பிரஞ்சுமொழி பேசுகின்றவர்களைப் புறக்கணிக்கிறார்கள் - ஆதிக்கம் செலுத்த முன்வருகிறார்கள் என்கிறபோது, அங்கே மொழிக்கிளர்ச்சி ஏற்பட்டது. அதன் காரணமாக அந்தச் சர்க்கார் என்ன செய்தது? உடனே ஒரு ராயல் கமிஷனை நிறுவியது. அந்த ராயல் கமிஷனும், பிரெஞ்சு மொழி, ஆங்கில மொழி இரண்டுக்குமே சம உரிமை தரப்பட வேண்டும் - சம அந்தஸ்து தரப்பட வேண்டும் என்பதாகத் தீர்மானம் நிறைவேற்றி இருக்கிறது என்பதை நாம் அறிந்துகொள்வோமேயானால், நீங்களும் தெரிந்து கொள்வீர்களானால், தேச ஒருமைப்பாடுதான் தேவை என்பதை நீங்கள் மனப்பூர்வமாக நம்பினால், விட்டுக்கொடுக்கும்

5

மனப்பான்மை வரவேண்டாமா? அதைத்தான் நானும் சொல்கிறேன் என்று நண்பர் திரு. கருத்திருமன் அவர்கள் சொல்வார்கள்.

கொஞ்சம் விட்டுக்கொடுக்கலாம். விட்டுக்கொடுப்பது நாமே தானா? தியாகம் செய்யவேண்டுமென்பது நமக்கு மட்டும்தானா? எல்லாக் காலத்தும் நாம் விட்டுக் கொடுத்து வந்திருக்கிறோமே, மற்றவர்கள் எதையாவது விட்டுக் கொடுத்திருக்கிறார்களா? நீங்கள் யோசித்துப் பார்க்க வேண்டும். "தேச ஒருமைப்பாட்டுக்காக நாம் இந்தியை ஏற்றுக்கொள்ள வேண்டும், கொஞ்சம் விட்டுக் கொடுக்கிற மனப்பான்மையுடன்" என்று காங்கிரஸ்காரரர்கள் சொல்லலாம்.

சரி, நாம் விட்டுக்கொடுக்கலாம்; அவர்கள் விட்டுக் கொடுப்பது என்ன? தேச ஒருமைப்பாட்டுக்காக அந்த மக்கள் செய்கிற தியாகம் என்ன? ஏற்கிற கஷ்டம் என்ன? இழந்துவிட்ட நன்மை என்ன? தேச ஒருமைப்பாட்டுக்காக நாம் பெருமையுடன் விட்டுக் கொடுக்க, விட்டுக்கொடுக்க அவர்கள் செய்து கொண்டு போகிற காரியங்கள் என்ன?

நம்மீது இந்தியைத் திணிக்கிற துணிவைத்தான் பெற்றார்கள். நாம் எந்த அளவுக்குத் தொடர்ந்து விட்டுக்கொடுத்துக் கொண்டு வந்திருக்கிறோம் என்பதை காங்கிரஸ் வரலாற்றைப் பார்த்தாலும் சரி, மற்ற வரலாறுகளை எடுத்துப் பார்த்தாலும் சரி, நன்றாகத் தெரியும்,

நாம் எவ்வளவோ தியாகங்களைச் செய்து வந்திருக்கிறோம். நம்முடைய சுகதுக்கங்களை எல்லாம் - வாழ்வு தாழ்வுகளை எல்லாம் இழக்கத் தயாராய் இருந்து வந்திருக்கிறோம்.

இரும்பாலைகளை வடநாட்டிலேயே பிலாயிலும், துர்க்காபூரிலும், ரூர்க்கேலாவிலும் ஆரம்பித்தார்கள்; அதுவும் நம்முடையதுதானே என்று இங்கு நம்மை நாமே சமாதானம் செய்து கொண்டோம்.

நம்முடைய சேலம் இரும்பாலைத் திட்டம் தூங்கிக் கொண்டிருப்பதை நாம் உணராதவர்களல்லர். பெரும் பெரும் தொழிற்சாலைகளை, திடீர் திடீர் என்று அந்தப் பகுதிகளிலேயே ஆரம்பித்துக் கொண்டார்கள். இருந்தும் அந்தப் பகுதியும் நம்முடைய தேசத்தைச் சேர்ந்ததுதானே என்று நம்மையே நாம் ஆறுதல் செய்து கொண்டோம். காண்ட்லா துறைமுகத்தை ஏற்படுத்திக்கொண்டு, அதைச் சுங்கத் தீர்வை இல்லாத துறைமுகம் என்று அறிவித்துக் கொண்டார்கள். நம்முடைய தூத்துக்குடித் துறைமுகம், ஆழ்கடல்

ஆக்கப்படும் சேது சமுத்திரத் திட்டம் ஆகியவை ஒன்றாக இணைக்கப்பட்டு நிறைவேற்றப்பட வேண்டும் என்று நாமும் 15 வருடங்களாகக் கோரி வருகிறோம்.

இருந்தும் அது நிறைவேற்றப்படாமல் இருக்கிறது. அதைச் செயலாற்ற முடியாத பொறுமையுடன் நாம் இருந்து கொண்டிருக்கிறோம். எதற்கும் ஓர் எல்லை உண்டு!

வறுமைக்குத்தான் எல்லை இல்லை என்று சொல்லியிருக்கிறார்கள். மற்ற எல்லாவற்றுக்கும் எல்லை உண்டு. எல்லை கடவாமல் நாமும் பொறுமையுடன் இருந்து கொண்டு வருகிறோம். பொறுமையின் கடைசி எல்லைக்கே - அந்த எல்லையின் விளிம்புக்கே நாம் வந்துவிட்டோம் என்பதை எப்படித் தெரிவிப்பது? இதுவரை நம்முடைய துயரத்தையும் துன்பத்தையும் மனக்கொதிப்பையும் உணராமல் இருந்து கொண்டிருக்கிற அந்தப் பகுதியில் உள்ள மக்களுக்கும் உணர்த்தவேண்டும் என்பதற்காகத்தான், மும்மொழித் திட்டத்தை இருமொழித் திட்டம் என்று மாற்றுகிற முறையில் இந்தி அகற்றப்படும் என்ற முறையில், தீர்மானத்தைக் கொடுத்திருக்கிறோம்.

காலையில் காங்கிரஸ் கட்சியில் இருந்து பேசியவர்கள் குறிப்பாக, முன்னாள் அமைச்சர் திரு. பூவராகன் அவர்கள் - "நீ வேளைக்கு ஒரு பேச்சுப் பேசுகிறாய்! முன்னாலே மும்மொழித் திட்டத்தை ஏற்றுக்கொண்டாய்; இப்போது மும்மொழித் திட்டத்தை எதிர்க்கிறாய்" என்பதாகச் சொன்னார்கள். காங்கிரஸ் கட்சியைச் சேர்ந்த அவர்களுக்கு இருக்கிற நோக்கம் எல்லாம் "நான் ஒரு நிலையான கொள்கையைக் கொண்டவனல்லன். திடமான உறுதி படைத்தவனல்லன். எந்த எந்த நேரத்தில் எதை எதைப் பேசினால் சாதகமோ அதை அதைப் பேசுகிறவன்" என்பதாகப் பொது மக்களுக்கு எடுத்துச் சொல்ல வேண்டும் என்பதுதான். நான் கடந்த முப்பத்தைந்து வருடங்களாகப் பொதுமக்களிடத்தில் பழகி வருகிறேன். இனிமேல் இவர்களுடைய நற்சாட்சிப் பத்திரத்தை - இவன் உறுதியாக இருப்பவன்தான் என்பதான நற்சாட்சியைப் பெற்றுப் போகவேண்டும் என்பதில்லை. 'மும்மொழித் திட்டத்தை ஏற்றுக் கொள்வதாக நீ சம்மதித்ததோடு அல்ல, அதற்குச் சம்மதித்துக் கையொப்பமும் போட்டுள்ளாய்' என்பதாக இந்த மாமன்றத்திலேயே முன்பு என் மீது குற்றம் சுமத்தப்பட்டிருக்கிறது.

திரு.பூவராகன் அவர்கள், "மும்மொழித் திட்டத்தை நீங்கள் தான் ஏற்றுக் கொண்டீர்களே?" என்று கேட்டபோது,

திரு.கருத்திருமன் அவர்களும் கேட்டுக் கொண்டிருந்தார்கள். அவருக்கும் கூட விந்தையாக இருந்திருக்கும். இந்த அவையில் 1958ஆம் வருடம், பிப்ரவரி மாதம் 28ஆம் தேதி உரையாற்றிய திருமதி அனந்தநாயகி அம்மையார் அவர்கள் "மும்மொழித் திட்டத்தை ஒத்துக் கொண்டுவிட்டு, கையெழுத்தும் போட்டுவிட்டு, வெளியே வந்து வேறுவிதமாகச் சொல்கிறீர்களே?" என்று குற்றம் சாட்டினார்கள்,

அதற்கு நான் "அதிலே கையெழுத்து போடப்பட்டது என்று சொல்வது தவறு என்பதைத் தெரிவித்துக் கொள்கிறேன்" என்று அப்போதே குறிப்பிட்டேன்.

மீண்டும் திருமதி அனந்தநாயகி அம்மையார் அவர்கள், "அந்தக் கூட்டத்திற்கு யார் யாரெல்லாம் வந்திருந்தார்கள் என்று தெரிந்து கொள்வதற்காகக் கையெழுத்து வாங்கியிருப்பார்கள் என்று நினைக்கிறேன்" என்று குறிப்பிட்டார்கள்.

நான் உடனே "அவ்விதமும் கையெழுத்து வாங்கவில்லை என்பதை அம்மையார் அவர்களுக்குத் தெரிவித்துக் கொள்கிறேன்" என்று குறிப்பிட்டுச் சொன்னேன்.

என்னுடைய நண்பர் திரு.சுப்பிரமணியம் அவர்கள், "நான் எந்தக் கூட்டத்திலும் கையெழுத்துப் போட்டதாகச் சொல்லவில்லை" என்று விளக்கம் தந்தார்கள்.

உடனே நான் எழுந்திருந்து, "நிதி அமைச்சர் சொன்னதாகப் பத்திரிகையிலே வந்தது. பத்திரிகையிலே வந்தது மட்டுமல்ல; நேற்றைய தினம் பேசிய கனம் அங்கத்தினர் அனந்தநாயகி அவர்கள் கையெழுத்துப் போட்டுவிட்டு இப்போது இல்லை என்று சொல்கிறாரே என்று ஆழ்ந்த வருத்தத்தோடு கேட்டார்" என்பதை அவர் கவனத்திற்குக் கொண்டு வந்தேன்.

உடனே திருமதி அனந்தநாயகி அம்மையார் அவர்கள் இந்த மாமன்றத்திலேயே எழுந்திருந்து, "திருத்திக்கொண்டேன் என்பதைக் கனம் அங்கத்தினர் அவர்கள் தெரிந்து கொள்வார்கள் என்று நினைக்கிறேன்" என்று குறிப்பிட்டுள்ளார்கள். இப்படித்தான் செய்த தவறை காங்கிரஸ் திருத்திக் கொண்டதற்கு ரெக்கார்டு இருக்கிறதே தவிர, மும்மொழித் திட்டத்தை நான் ஆதரித்ததற்கு ரெக்கார்டு இல்லை. ஆலமரத்தடியில் உள்ள ஜோஸியன் 'வெள்ளிக்கிழமை போய் வியாழக்கிழமை எல்லாம் சரியாக இருக்கும்' என்று

சொல்வதை, திரு. பூவராகன் அவர்கள் சொல்கிறார்; அது சரியல்ல, (சிரிப்பு)

திரு.கோ, பூவராகன்: நான் படித்தது 121ஆம் பக்கத்தில் இருக்கிறது. அதை வேண்டுமானால் படித்துக் காட்டுகிறேன், அதற்குத் தக்க விளக்கம் கொடுக்க வேண்டும்.

முதலமைச்சர் அறிஞர் அண்ணா: கையெழுத்துப் போடாதது மட்டுமல்ல, மும்மொழித் திட்டத்தை ஏற்றுக்கொள்ள முடியாது என்பதற்குத் தீர்மானம் கொடுத்தோம். இந்திய அரசியல் சட்டத்தினுடைய 17ஆவது பிரிவை நீக்க வேண்டுமென்று பேசுவது புரட்சிகரம் என்று இங்குக் கருதப்படுகிறது. 1958ஆம் ஆண்டிலே மார்ச் மாதம் 11ஆம் தேதியன்று, - "ஆங்கிலம் மத்திய அரசின் ஆட்சிமொழியாகக் காலவரம்பின்றி நீடிக்கும் வகையில் அரசியல் சட்டத்தின் 17ஆம் பிரிவு தகுந்த முறையில் திருத்தப்பட வேண்டும் என்று இம்மன்றம் தனது உறுதியான கருத்தைத் தெரிவித்துக் கொள்கிறது." என்று தீர்மானத்தை எங்கள் கட்சித் தோழர் திரு. அன்பழகன் கொடுத்து, அது வாக்குக்கு விடப்பட்டு 14பேர் அதை ஆதரித்தும், 121 பேரில் எதிர்த்தும் வாக்களித்தார்கள். அந்த 121 பேரில் திரு. வினாயகம் அவர்களும் ஒருவர். அவர்கள் இப்பொழுது திருத்துவதற்கு மூன்றில் இரண்டு பங்கு வாக்கு வேண்டாமா என்று சொல்கிறார்கள். ஆனால், 1958ஆம் ஆண்டிலே அந்த வாக்கு இருந்தது. 1958இல் இந்தியப் பேரரசு அரசியல் சட்டத்தைத் திருத்தி, மொழிப் பிரச்சினைக்குத் தீர்வு காண வேண்டுமென்று விரும்பியிருந்தால் அப்பொழுது மெஜாரிட்டி இருந்தது. நாங்கள் அப்பொழுது சிபாரிசு செய்த தீர்மானத்தை 14 பேர் ஆதரித்தும் 121 பேர் எதிர்த்தும் வாக்களித்ததால் அது தோற்கடிக்கப்பட்டது. மும்மொழியை இரு மொழியாக்குகிறோம். இது திடீரென்று ஏற்பட்ட முடிவு என்று எல்லாம் பேசுகிறார்கள். 1958 ஆம் ஆண்டு மார்ச் மாதம் 11ஆம் தேதி மற்றொரு தீர்மானமும் போடப் பட்டது.

"இந்தி பேசும் பகுதியிலிருக்கிற மாணவர்கள் இரு மொழிகள் மட்டுமே கற்க வேண்டியவர்களாயிருக்கும் பொழுது, இந்தி பேசாத பகுதி மாணவர்கள் மூன்று மொழி கற்க வேண்டியிருப்பது வேறுபாடானதாகும். எனவே, இந்தி பேசாத பகுதி மாணவர்கள் மூன்று மொழி படிக்குமாறு கட்டாயப்படுத்தப்படக் கூடாது என்று இந்த மன்றம் பரிந்துரைக்கிறது."

இந்தத் தீர்மானத்தைக் கொடுத்தவர் என்னுடைய மதிப்பிற்குரிய நண்பரும் இப்பொழுது அவர்களோடு உள்ளவருமான நம்முடைய

நண்பர் எம்.பி.சுப்பிரமணியம் அவர்கள். அதுமட்டுமல்ல; மத்திய சர்க்கார் பரிட்சையிலே தமிழ், ஒரு மொழியாக ஏற்றுக் கொள்ளப்பட வேண்டுமென்று தீர்மானம் நாங்கள் தான் முதலில் கொடுத்தோம். யாரோ பேசும்போழுது குறிப்பிட்டார்கள் - திரு.சங்கரய்யா என்று நினைக்கிறேன் – "பொதுமக்கள் போராட்டத்திற்குப் பிறகுதான் இந்த நிலை வந்தது என்று குறிப்பிட்டார்கள். 1965 இல் ஆகஸ்ட் மாதம் 5ஆம் தேதி - (நான் அப்பொழுது இல்லை) என்னுடைய நண்பர்கள் எதிர்க் கட்சியிலே இருந்த நேரத்திலே இப்படியொரு தீர்மானம் தரப்பட்டது."

"யூனியன் பப்ளிக் சர்வீஸ் கமிஷன் தேர்வுகளை எழுதுவதற்கான மொழிகளில் ஒன்றாக தமிழையும் ஆக்கவேண்டியது பற்றி மத்திய அரசிடம் வலியுறுத்த வேண்டுமென்று மாநில அரசிடம் இந்த மன்றம் பரிந்துரைக்கிறது."

அதற்கு ஆதரவு - 34, எதிர்ப்பு 77. ஆகவே 17ஆவது பிரிவு திருத்தப்பட வேண்டுமென்பதையும், தமிழ் பரிட்சை மொழியாக ஆகவேண்டும் என்பதையும், மும்மொழித் திட்டம் தங்களுடைய மாணவர்களுக்குக் கேடு செய்யும் என்பதையும் இன்றல்ல நேற்றல்ல, 1958லிருந்து வலியுறுத்தி எடுத்துக் காட்டியிருக்கிறோம். இங்கே யார் யார் எல்லாம் எதிர்த்து ஓட்டு போட்டார்கள் என்றெல்லாம் இருக்கிறது. அதிலே பலர் இப்போது இங்கே இல்லை. அதிலே இருக்கிற சிலர் இங்கே இருக்கிறார்கள். திருசிதம்பரநாத நாடார் அவர் இங்கு இப்போது இல்லை என்று நினைக்கிறேன் - என்னுடைய மதிப்பிற்குரிய நண்பர் வினாயகம் அவர்கள்.

திரு.கே.வினாயகம்: நானும் இல்லை, அவர்களும் இல்லை.

முதலமைச்சர் அறிஞர் அண்ணா : 1958 இல் இருந்தார்கள்.

இருந்தும்கூட, அவரே இல்லையென்று மறுத்தால் அதை மறைத்துவிட முடியாது.. இதையெல்லாம் நாம் சொல்வதற்குக் காரணம், அவ்வப்பொழுது நாங்கள் மொழிப் பிரச்சினையைப் பற்றித் தெளிவாகப் படித்துக் கொண்டிருக்கிறோம் என்பதைத் தெரிவிப்பதற்காகத்தான். காங்கிரஸ் நண்பர்கள் சொல்கிறார்கள் அவர்கள் சொல்வதாகப் பத்திரிகைகளில் பார்த்தேன். கொள்கையைத் திட்ட வட்டமாகச் சொல்லுங்கள் என்று கேட்டதாகப் பார்த்தேன். அவர்களுடைய கொள்கை திட்டவட்டமாக என்ன என்று பார்த்தேன், ஒன்றும் காணோம்! இந்தி வேண்டாம், ஆங்கிலம் போதும் என்று நாம் சொல்கிறோம். அவர்களுடைய அபிப்பிராயம் என்ன?

என்.சி.சியில் இந்தி ஆணைச் சொற்கள் பயன்படுத்தப்படுவதால் மேலும் இந்தி மறைமுகமாகவும் திணிக்கப்படுவதால் இந்திச் சொற்களை நீக்க வேண்டுமென்றும், அப்படி நீக்கா விட்டால், என்.சி.சி. அணிகளைக் கலைத்துவிட வேண்டுமென்றும் சொல்கிறோம். உங்களுடைய அபிப்பிராயம் என்ன?

அதைக் கேட்கிற நேரத்திலே, காங்கிரஸ்காரர்கள் பொது மக்களிடம் கேளுங்கள் என்றுதான் சொல்கிறார்களே தவிர, இல்லையில்லை, இந்தி படிக்கத்தான் வேண்டும் என்று சொல்லவில்லை.

அப்படிச் சொல்வதற்கு அவர்களுக்குத் துணிவில்லை என்று சொல்லமாட்டேன். எனக்கே இவ்வளவு துணிவிருக்கிறது என்றால் அவர்களுக்கு இல்லையென்று சொல்ல மாட்டேன். எவ்வளவு கதரைப் போட்டாலும், தமிழ் உணர்ச்சி கதறிக் கொண்டு வருகிறது!

நாம் செய்யவில்லையென்றாலும் அந்தப் பயலாவது செய்கிறானே என்று திருப்தியோடுதான் அவர்கள் இருக்கிறார்களே தவிர, வேறு ஒன்றும் இல்லை. அவர்களில் யாருக்கு இந்தி தெரியும்? நாங்கள் இரண்டு மூன்று ஆண்டுகள் டில்லியில் இருந்தபொழுது எத்தனை பேர் இந்தி படித்தோம். தமிழ் வார்த்தையுடன் 'ஹை' போட்டு விட்டால் அதுதான் இந்தி என்று சொன்னோம்.

'தொடர்புமொழி வேண்டாமா?' என்று கேட்டார்கள்.

பரந்த இந்தியாவிலே ஒரு பகுதி மக்களுக்கும் இன்னொரு பகுதி மக்களுக்கும் எந்த எந்த அளவில், எந்த எந்த முறையில், எந்த எந்த இடத்தில் தொடர்பு இருக்கும் என்று கருதுகிறீர்கள்? ஒரு வீட்டிலே இருக்கிறவர்கள் தொடர்பு இல்லாமல் இருக்கக் கூடாது. மாதக் கணக்கில் மாமியாரும் மருமகளும் பேசவில்லையென்றால் அதனாலே கணவனுக்கு நஷ்டம் ஒன்றும் இல்லை. கன்னியா குமரியிலிருந்து 20 பேர் கிளம்பி, கான்பூருக்குப் போய் அங்கே பாஷை தெரியாமல் கதறுகிறார்கள் என்று கருதுகிறீர்களா?

திருநெல்வேலிச் சீமையில் உள்ள கிராமத்திலிருப்பவர்கள் சென்னைப் பட்டணத்தைப் பார்த்ததேயில்லை என்பதை நீங்கள் அறியமாட்டீர்களா? சென்னைக் கடற்கரையைப் பார்க்க முடியாமல் எத்தனை பேர் இருக்கிறார்கள் என்பது உங்களுக்குத் தெரியாததா? தொடர்பு, தொடர்பு என்று சொல்லுகிறீர்கள். திரு ஹாண்டே அவர்கள் சொல்கிற 'தொடர்பு' புரிகிறது. படித்தவர்களிடையே உள்ள தொடர்பு அது - புரிகிறது. நிருவாகம் நடத்துகிறவர்களிடையே

தொடர்பு அதுவும் புரிகிறது. அரசியல்வாதிகளிடையே தொடர்பு. அதுவும் புரிகிறது. வியாபாரிகளிடையே தொடர்பு, அதுவும் புரிகிறது. யாத்திரிகர்களிடையே தொடர்பு, அதுவும் புரிகிறது. 100க்கு எத்தனை பேர் இங்கே திண்டாடுகிறீர்கள்? எந்தத் தவிப்பு ஏற்பட்டு அவர்கள் யாரிடத்திலே மனுப்போட்டார்கள்! ஏதோ இங்கிருந்து அணி அணியாக அங்கே செல்வதைப் போலவும், அங்கிருந்து அணி அணியாக இங்கே வருவதைப் போலவும் அவர்கள் எல்லாம் மொழி இல்லாத காரணத்தால் திகைத்துக் கொண்டிருக்கிறார்கள் என்ற முறையிலே கற்பனை செய்து கொள்கிறார்களே தவிர, வேறொன்றும் இல்லை.

தொடர்பு மொழி என்று பேசுகிறீர்களே? வாருங்கள் 1937க்கு! அப்பொழுது இந்திக்குத் தொடர்பு மொழி என்று பெயர்! மதிப்பிற்குரியவர், எங்களுடைய நண்பர் எல்லாத் தகுதிகளும் உடையவர் என்று ஒப்புக்கொள்ளப்பட்டவர் - பட அளவிலே இங்கே - பார்த்துக் கொண்டிருக்கிறோமே அவர் - ராஜாஜி அவர்கள், அன்று இந்தியைத் தேசியமொழி என்று சொன்னார்கள். கட்டாயமாகப் படிக்க வேண்டுமென்றார்கள். அதைப் படித்தால்தான் இந்தியாவிலே வாழலாம் என்றார்கள். அதைப் படிக்காவிட்டால் இந்தியனாக முடியாது என்றார்கள். அதைப் படிக்காதவன் 'தேசத்துரோகி' என்றார்கள். அப்போது தான் மதிப்புமிக்க ம.பொ.சி. அவர்கள் சொன்னபடி, நாங்கள் எதிர்த்தோம். என்னை முதன் முதலாகச் சிறைச் சாலைக்கு அனுப்பியவரும் ராஜாஜிதான்! முதல்முதலாக மந்திரி பதவியை ஏற்றுக்கொள்ளும் படியான நிலையை உண்டாக்கியவரும் ராஜாஜிதான் என்பதை மகிழ்ச்சியோடு தெரிவித்துக் கொள்கிறேன்,

சிறைச்சாலைக்கு அனுப்பினார் என்பதால் கோபமோ, மந்திரி பதவியினை அடையச் செய்தார் என்பதால் அவரிடத்தில் அளவுகடந்த சந்தோஷமோ எனக்கு எனக்கு இல்லை. ஏனென்றால் அதை அவர் விரும்பவில்லை.

பிறருடைய கோபம், பிறருடைய சந்தோஷம் இவற்றை வைத்துக் கொண்டு அவர் தம்முடைய கொள்கைகளை வகுத்துக் கொள்ளவில்லை என்பது, என்னைவிட அவரிடத்தில் நெருங்கிப் பழகியவர்களுக்கு நன்றாகத் தெரியும்.

இதே மன்றத்தில் 1958இல் "ராஜாஜி புளியமரம்; அந்த நிழலிலே எதுவும் வளராது; அண்ணாதுரை! நீ போகாதே" என்றார்கள் காங்கிரஸ் நண்பர்கள். அந்த மரநிழலிலே மலர்ந்து இவ்வளவு பெரிய தேக்கு மரங்களாகிவிட்ட பிறகு என்னை மட்டும் அங்குப்

64 முறியடிக்க முடியாத முப்பெரும் சாதனைகள்

போக வேண்டாம் என்கிறீர்களே? ஏதோ நான் போனேன், நல்லபடியாகத்தான் வந்தேன். (சிரிப்பு).

1957ஆம் ஆண்டு தேசியமொழி என்று கருதப்பட்ட இந்தி, காங்கிரஸினாலே புகுத்தப்பட்டது. உங்களால் ஏன் அதிலிருந்து விலக முடியவில்லை என்பதற்காகச் சொல்லுகிறேன் - இந்தியை, சுயராஜ்யம் வருவதற்கு முன்னாலே இருந்து ஆதரித்து வந்திருக்கிறீர்கள் என்று நான் சொல்லும்போது, நண்பர் வினாயகம் அவர்கள், "என்னைப் பார்க்க வேண்டாம்; ரொம்பநாள் காங்கிரஸ்காரர்களுக்குச் சொல்லுகிறேன்."

மகாத்மா காந்தியின் தேசிய நிர்மாணத் திட்டங்களில் ஒன்று அது. அப்போது நான் எட்டாவது - ஒன்பதாவது வகுப்பில் படித்துக் கொண்டிருந்தேன். அப்போது "இந்தி - தமிழ் சுயபோதினி" என்று புத்தகம் இருக்கும். அதன் விலை ஆறணா அல்லது எட்டணா இருக்கும். அதைக் கையில் வைத்துக் கொண்டிருப்பதும், ஒரு காலணாவில் ஓட்டை போட்டு ஒரு குச்சியைச் செருகி தக்ளிவைத்துக் கொண்டிருப்பதும் நம்மாலான தேசபக்தி என்று நினைத்துமாணவர்கள் எல்லாம் வைத்துக் கொள்வார்கள்; நானும் வைத்துக் கொண்டேன். அன்றிலிருந்தே இந்திக்கு எதிர்ப்புக் காட்டப்பட்டிருக்கிறது.

தமிழ்நாட்டுப் புலவர்கள், பெரும் பேராசிரியர்கள், மறைந்த சோமசுந்தர பாரதியார், மறைந்த சேதுப் பிள்ளை, மறைந்த உமாமகேசுவரம்பிள்ளை, மறைந்த மறைமலையடிகள். இன்றும் நல்ல வேளையாக நம்மிடையே இருந்துவரும் பெரியார் ராமசாமி ஆகிய இப்படிப்பட்டவர்கள் எல்லாம் சேர்ந்து அந்த நாள்களில் இந்தியை எதிர்த்து ஆயிரம் பேர் சிறை சென்றார்கள்.

அவர்களிலே இரண்டுபேர் மருத்துவமனையில் இறந்து பட்டார்கள். அதற்குப் பிறகு 'கட்டாய இந்தி' என்பது எடுபட்டு விருப்பப் பாடம் என்று ஆயிற்று. விருப்பப் பாடமாக ஆனபின், இந்தி ஆபத்து இல்லையென்று வேறு வேலைகளைப் பார்த்தோம்.

ஓமந்தூர் ராமசாமி ரெட்டியார் அவர்கள் காங்கிரஸ் ஆட்சியில் முதலமைச்சராக வந்தபோது, மறுபடியும் இந்தி புகுத்தப்பட்டது. நாங்கள் மறுபடியும் போராட்டத்தைத் தொடங்கினோம். அந்தப் போராட்டத்தில் பல கஷ்டங்களை மேற்கொண்டோம். பலர் சிறைச்சாலைக்குச் சென்றார்கள்.

பின்னர் இந்திக்கு இந்திய அரசியல் அரங்கத்தில் தேசிய மொழி என்று சொல்வதற்குப் பதிலாக 'ஆட்சிமொழி' என்று பெயர் கொடுக்கப்பட்டது.

'ஆட்சிமொழி' என்றால் இந்திக்காரர்கள் தானா எங்களை ஆள வேண்டுமென்ற அரசியல் கிளர்ச்சி எழுந்த காரணத்தால், ஆட்சி மொழி என்பதையும் மாற்றி 'இது ஆட்சிமொழி என்பதுகூட அல்ல; இது 'இணைப்பு மொழி' என்ற பெயர் கொடுக்கப்பட்டது.

இப்போது பிரதமர் இந்திரா காந்தி அவர்கள், இந்தி மட்டுந்தான் இணைப்பு மொழி என்று சொல்லவில்லை.

இந்தி இந்தியாவுக்கு இணைப்பு மொழி: ஆங்கிலம் உலகத்திற்கு இணைப்பு மொழி என்று இணைப்பு மொழியை இரண்டாகச் சொல்லுகிறார்கள். இந்த வார்த்தை மாற்றங்கள் எல்லாம் இந்தி எதிர்ப்புப் போராட்டத்தின் ஒவ்வொரு கட்டத்தைக் குறிப்பதாகும். வெறும் வார்த்தை ஜாலங்கள் அல்ல.

நாங்கள் அதற்காகப் பாடுபட்டவர்கள் என்ற முறையில் - நொந்து போனவர்கள் என்ற வகையில் - இன்றைய தினம் இந்திப் பாடம் இனி இல்லை என்று நான் தீர்மானத்தைப் படித்தபோது, அதிலே எனக்கு ஏற்பட்ட மகிழ்ச்சியை என்னால்தான் உணர்ந்து கொள்ள முடியுமே தவிர, அதற்காகக் கஷ்டப்படாதவர்களால் உணர்ந்து கொள்ள முடியாது.

இந்திய அரசியல் சட்டத்தில் இந்தியைப் புகுத்தியது காங்கிரஸ்! அன்று முதற்கொண்டு நாங்கள் எதிர்த்துக் கொண்டு வருகிறோம்.

அதுபற்றி, நேரு உறுதிமொழி அளிக்க வேண்டுமென்பதை வற்புறுத்துவதற்காக அப்போது வர இருந்த குடியரசுத் தலைவருக்குக் கறுப்புக் கொடி காட்ட வேண்டும்; நம்முடைய மனக்கொதிப்பைத் தெரிவிக்க வேண்டும் என்று தீர்மானம் போட்டு, உடனே அப்போது என்னோடு இருந்த - இன்று உங்களுக்கு உதவியாக இருக்கிற சம்பத், குடியரசுத் தலைவரைப் பார்த்தார். குடியரசுத் தலைவர் உறுதிமொழி தருவதாகச் சொல்லிய பிறகு, நாங்கள் அதற்குமேல் அந்தக் காரியத்தில் ஈடுபட வேண்டாமென்று முடிவு செய்தோம்.

அதற்குப் பிறகு, நேருவினுடைய உறுதிமொழி சீனப் படையெடுப்பு நேரத்தில் எல்லாப் பத்திரிகைகளிலும் வெளியிடப்பட்டது.

அதற்குப் பிறகும் தரப்பட்டது. அப்போது கொண்டு வரப்பட்ட சட்டத்திற்கு எதிர்ப்புத் தெரிவிக்கும் வகையில் சென்னைக் கடற்கரையில் கூட்டம் கூட்டப்பட்டது. அதிலே கலந்து கொள்வதற்காக நான் டில்லியிலிருந்து விமானம் மூலம் வந்தேன்.

ராஜாஜியும் நானும் சேர்ந்து கலந்து கொண்ட பொதுக்கூட்டத்தில் பேசுகிறபோது அவர்கள் சொன்னார்கள் அப்போது எனக்கும் ராஜாஜி அவர்களுக்கும் இன்று இருக்கிற நெருக்கம்கூட இல்லை பலபேர் ஆச்சரியப்படுகிறார்கள்.

நானும் காமராஜரும் ஒன்றாக உட்கார்ந்திருக்க வேண்டியிருக்க, நானும் அண்ணாதுரையும் பக்கத்தில் உட்கார்ந்திருப்பதைக் கண்டு ஊரே ஆச்சரியப்படுகிறது. ஆனால், அதிலே உண்மையான பாடம் இருக்கிறது.

"இந்திப் பிரச்சினையில் காமராஜர் பிரியவேண்டி வந்தது. ஆங்கிலம் எங்கள் இருவரையும் ஒன்றாகச் சேர்த்தது" என்று ராஜாஜி அவர்கள் சொன்னார்கள். அப்போது முதலமைச்சராக இருந்த பக்தவத்சலம் அவர்கள், "நாங்கள் எல்லாம் 'மே' 'ஷெல்' என்பதற்காகத் தகராறு இட்டுக் கொண்டிருந்த நேரத்தில், டில்லிப் பட்டணத்திற்கு வந்து, பத்திரிகை நிருபர்களைச் சந்தித்த போது 'மே' என்று இருந்தாலே போதும், பரிபூரண திருப்தியை அளிக்கிறது" என்று சொல்லி விட்டுப் போய்விட்டார்கள்.

அப்போது கருத்திருமன் போன்றவர்கள் என்னைத் தனியாகச் சந்தித்து 'என்ன இந்த ஆள் இப்படிச் செய்துவிட்டுப் போய் விட்டாரே?' என்று வருத்தப்பட்டுக் கொண்டது என் நினைவுக்கு வருகிறது. (சிரிப்பு)

அதைத் தொடர்ந்து 1965இல் மாணவர்கள் கிளர்ச்சி நடைபெற்றது. மாணவர்கள் கிளர்ச்சி என்றவுடன் 1965இல் நடந்த மாணவர்கள் கிளர்ச்சிக்கும் இப்போது நடப்பதற்கும் இடையே இருக்கின்ற வேற்றுமைகளை நாம் மறந்து விடுகின்றோம். 1965 இல் மாணவர்கள் கிளர்ச்சி நடத்தப் போவதாக அறிவிக்கவில்லை.

ஜனவரி 25ஆம் தேதி மட்டும் இந்தி புகுத்தப்படுவதற்கு எதிர்ப்புத் தெரிவிக்கும் வகையில் 'துக்க நாளாக'க் கொண்டாடப்பட வேண்டுமென்று அறிவித்தார்கள்.

நாங்கள் ஜனவரி 26ஆம் தேதி குடியரசு தினமாக இருந்தாலும், அன்றைய தினந்தான் இந்தி புகுத்தப்பட்ட காரணத்தால் அது

துக்க தினமாகக் கொண்டாடப்பட வேண்டுமென்று பகிரங்கமாகச் சொன்னோம்.

அப்போது காங்கிரசிலிருந்து தலைவர்கள் என்ன பேசினார்கள்? சட்டமன்றத்தில் என்ன பேசப்பட்டது? முதலமைச்சராக இருந்த கனம் பக்தவத்சலம் அவர்களை - புலவர் கோவிந்தன் என்று நினைக்கிறேன் 'என்ன செய்வீர்கள்?' என்று கேட்டதற்கு 'செய்யும்போது பார்த்துக்கொள்!' என்று சொன்னது, அதிலே இருந்த கம்பீரம் அதற்குப் பின்னால் இருந்த பொருள் எல்லாம் நமக்குத் தெரிந்தது.

அதுவும் மறந்துவிடவில்லை. எங்களுடைய வீடுகள் தாக்கப்பட்டன. ஒரு குற்றமும் சுமத்த முடியாத நிலையில், கருணாநிதி அவர்களைப் பாளையங்கோட்டைச் சிறையில் அடைத்தார்கள்.

லாரியில் அழைத்துச் சென்றதாகத் திரு. ஆதிமூலம் அவர்கள் சொல்லுகிறார்கள். மோட்டார் இல்லாத குறையாக இருக்கலாம் அல்லது அவர் அவ்வளவுக்குத் தான் லாயக்கு என்று எண்ணியிருக்கலாம். இப்போது நாம் அதற்காகக் குறைபட்டுக் கொள்ளவில்லை.

லாரிகூட வாகனந்தான்; நமது சட்டமன்றத் தலைவர் அவர்கள் சிறையிலே தள்ளப்பட்டார்கள். இதற்கிடையில் 25ஆம் தேதியன்று மாணவர்கள் மதுரையில் ஊர்வலமாக வந்தபோது அர்பன் காங்கிரஸ் கமிட்டி ஆபீசிலிருந்து ஒருவர் ஓடிவந்து கத்தியால் குத்தினார்.

சிதம்பரத்தில் மாணவர்கள் ஊர்வலமாக வந்து முதலமைச்சர் பக்தவத்சலத்தைப் பேட்டி காண வேண்டுமென்று வந்த நேரத்தில் அவர் 'பார்ப்பதற்கில்லை' என்று சொல்லிவிட்டார்.

வேறு ஓர் அமைச்சர், திரு. வெங்கட்ராமன் என்று கருதுகிறேன் - மாணவர்களைச் சந்தித்தார். இதற்கிடையில் ஒவ்வொரு ஊரிலும் திராவிட முன்னேற்றக் கழகத் தோழர்கள் - என்னுடைய நினைவு சரியாக இருக்குமானால் குறைந்தது அய்யாயிரம் பேராவது சிறைச்சாலையிலே அடைக்கப்பட்டார்கள்.

முதல் நாளே துப்பாக்கிப் பிரயோகம். முதல் நாளே வேட்டை ஒரு வாரத்திற்குள் 4,000 - 5,000 தோழர்கள் சிறைச்சாலையில் அடைக்கப்பட்டார்கள். அப்போது நம் மாணவ நண்பர்கள், திரு. பக்தவத்சலம் அவர்களைப் பார்க்க வேண்டுமென்று சொன்னதற்கு,

"பேட்டி கிடைக்கவில்லை. இப்போது எனக்கிருக்கிற நிலை - சில மாணவர்களைப் பார்க்க வேண்டுமென்று நினைக்கிறேன். அவர்கள் எனக்குப் பேட்டி கொடுக்க மறுக்கிறார்கள்."

இது திரு. கருத்திருமனுக்குத் தெம்பாக இருக்கும். 'ஆஹா! அப்படியா, அப்படியா?' என்று கூட இருக்கலாம். ஏன் அவர்களிடம் பணிந்து செல்கிறேன் என்றால், மாணவர்கள் உணர்ச்சிக்கு நான் மதிப்பு அளிக்கிறேன். மாணவர்கள் நிரந்தரமாக, கலவரம் செய்ய வேண்டுமென்ற எண்ணம் கொண்டவர்களல்லர் நாங்கள். அவர்கள் உள்ளத்தில் இந்தி எதிர்ப்பு உணர்ச்சி கொந்தளித்துக் கொண்டிருக்கிறது.

அகில இந்தியக் காங்கிரஸ் கட்சியின் தலைவராக இருந்த திரு. காமராஜ் அவர்கள், "பெரியோர்கள் சரியாக வழிகாட்டாவிட்டால், மாணவர்கள் பாவம், என்ன செய்வார்கள்?" என்று என்னிடத்திலே கேட்டார்கள்.

அந்த முறையில் மாணவர்கள் செல்வதால் அவர்கள் விஷயத்தில் மிகுந்த பரிவோடு, மிகுந்த அக்கறையோடு நடந்து கொள்ள வேண்டுமென்று இதுவரை அய்ந்து இரவுகளாவது மாணவர்களிடம் பேசுவதில் செலவழித்திருப்பேன்.

வெறும் திராவிட முன்னேற்றக் கழக மாணவர்கள் மட்டுமன்றி, காங்கிரஸ் மேடையில் பேசும் மாணவர்கள் எல்லாம்கூட வந்தார்கள். 20-25 மாணவத் தோழர்கள் வந்தார்கள். வந்தவர்கள் என்னைப் பார்த்து, "15,20 ஆண்டுகள் அமைச்சராக இருந்து டிபார்ட்மெண்ட் தலைவர்களைக் கூப்பிட்டு அது என்னவாயிற்று, இது என்னவாயிற்று? என்று கேட்பதுபோல் உங்கள் மொழிக் கொள்கை என்ன? இதுபற்றி உங்கள் திட்டம் என்ன? தெளிவாகச் சொல்லுங்கள்" என்றார்கள். நான் மெத்த மகிழ்ச்சியடைந்தேன்.

ஏனென்றால், அவர்கள் நாளைக்கு ஒரு வேலைக்குப் போகும் போது மேலதிகாரிகள் இதே குரலில் அவர்களைக் கேட்டால், அன்று இது நினைவிற்கு வரும் என்று, அவர்கள் சொன்னதையெல்லாம் நான் கேட்டுக் கொண்டிருந்தேன். அவர்கள் கேட்ட கேள்விகளுக்கும் என்னாலான விளக்கங்களைக் கொடுத்தேன். இதுதான் 1965இல் இருந்த நிலைக்கும் 67இல் இருக்கிற நிலைக்கும் உள்ள வித்தியாசம்.

மாணவர்கள் சொல்கிறார்கள் என்பதற்காகவா மாற்ற வேண்டும் என்று கேட்கிறார் திரு. கருத்திருமன் அவர்கள். மும்மொழித் திட்டத்தை மாற்றிவிட்டீர்கள். இப்போது இருமொழித் திட்டம்

என்று சொல்கிறீர்கள். 'மாணவர்களுக்காகவா இதைச் செய்வது?' என்று கேட்கிறார்கள். மாணவர்கள் யார்? அவர்கள் நம் ரத்தத்தின் ரத்தம். அவர்கள் நம் குடும்பத்துப் பிள்ளைகள். அவர்கள் நம் எதிர்காலத்தின் உருவங்கள். அவர்கள் ஒன்றை விரும்புகிறார்கள் என்றால் என்னால் நிறைவேற்றிக் கொடுக்கக்கூடிய அளவிற்கு நான் நிறைவேற்றிக் கொடுக்க முடியும் என்பதை மெய்ப்பித்துக் காட்ட வேண்டியது ஜனநாயகக் கடமை என்று கருதுகிறேன்.

அரசியல் சட்டத்தின் 17ஆவது மொழிப் பிரிவை மாற்றும் வலிவு எம்மிடமில்லை.

இங்கு நாங்கள் இருப்பது 138பேர். இதை விரும்பாத காங்கிரஸ் நண்பர்கள் 49. பாராளுமன்றத்தில் நாங்கள் 25பேர். காங்கிரஸ்காரர்கள் எண்ணிக்கை 300க்கு மேல்; இந்தக் கணக்கு மாணவர்களுக்குத் தெரியாதா? 25பேர்கள் எதிர்த்து ஓட்டுப் போடாமல் இருந்தார்களா என்றால் எதிர்த்து ஓட்டுப் போட்டார்கள். ஆக அவர்கள் அவர்களது கடமையைச் செய்தார்கள் இனி எல்லாருமாகச் சேர்ந்து தங்கள் கடமையைச் செய்தால் மத்திய அரசைப் பணிய வைக்க முடியும் என்ற நம்பிக்கை எனக்கிருக்கிறது.

அப்படியானால் நீங்கள் இந்தி படிக்கமாட்டேன் என்று சொன்னால் அவர்கள் கோபித்துக் கொள்வார்களே, நம்மோடு பேச மாட்டார்களே என்று கருத்திருமன் பயப்படுகிறார். அவர்கள் ஒன்றை உணர்ந்து கொள்ளவேண்டும்.

போராட்டத்தில் பல முனைகள் இருப்பதுபோல, காதலில்கூட பல முனைகள் இருக்கின்றன. சில காதல் ராட்சஸக் காதல். ராட்சஸக் காதல் என்று சொல்வது காதைப் பிடித்து இழுப்பது, கிள்ளுவது, குத்துவது என்று இப்படிச் செய்தால் காதல் வரும். என் அனுபவத்தில் இந்த வடநாட்டுக் காதல் - அரசியல் காதலைச் சொல்கிறேன் - வடநாட்டுக் காதலில் அவர்களை மீறி நாம் நடப்போம் என்று தெரிந்தால் தான், கொஞ்சம் அவர்கள் இறங்கி வருவார்களே தவிர. வேறு வழியில்லை என்பதை என்னால் புரிந்துகொள்ள முடிந்த காரணத்தினால்தான் இந்தத் தீர்மானம் கொண்டுவரப்பட்டிருக்கிறது.

இதைப் பார்த்தவுடன் வடநாட்டவர்கள், இவர்கள் கட்டுமீறிப் போய்விட்டார்களே என்று எண்ணிக் கொண்டு பயப்படுவார்கள் என்று நான் சொல்லவில்லை. திரு. கருத்திருமன் அவர்கள் பேசும்

போது ஓர் இடத்தில் சங்கடமாக இருந்தது. 'பிரிவினையைப் புகுத்துகிறேன்' என்று அவர்கள் சொன்னது சங்கடமாக இருந்தது.

மறுகணம் அதில் கூட எனக்கு மகிழ்ச்சி; 'எப்படியாவது இந்தச் செய்தி டெல்லிக்கு எட்டாதா, அப்படி எட்ட, பிரிவினை கேட்கிறார்களாமே என்று அவர்கள் வழிக்கு வரமாட்டார்களா என்று அற்ப ஆசை. ஆகவே, என்னைக் கண்டிப்பதாக நினைத்துக் கொண்டு சொல்வதைக்கூட அது நம் பிரச்சினைக்குப் பரிகாரமாகப் பயன்படுமானால், அதை மிக்க திருப்தியோடு வரவேற்கத் தயார். இந்த மொழிச் சட்டத்தோடு வந்த தீர்மானம் இருக்கிறதே, அந்தத் தீர்மானத்தில் சங்கடங்கள் இருக்கின்றன என்ற ஒன்றுதான் நம் அவையில் உள்ள எல்லாரும் சேர்ந்து ஒத்துக் கொண்டிருக்கிற கருத்து. மற்றவற்றில் அபிப்பிராய பேதங்கள் இருக்கலாம், இல்லையென்று சொல்லவில்லை .

அந்த அபிப்பிராய பேதங்களை உடனடியாக யாராலும் மாற்றிக் கொள்ள முடியாது. இந்த ஒன்றில் ஒருமித்த கருத்து இருக்கிறது. எதிர்க்கட்சித் தலைவர் அவர்கள் சொல்லும்போது, இந்திய அரசில் உள்ளவர்கள் எல்லா அரசியல் கட்சித் தலைவர்களையும் அழைத்து ஆலோசனைக் கூட்டம் நடத்த வேண்டுமென்று சொன்னார்கள். அதை நான் ஏற்றுக் கொண்டிருக்கிறேன். அதிலிருந்து நல்லதொரு பரிகாரம் கிடைக்குமானால் என்னைவிட மகிழ்ச்சி அடையக் கூடியவர்கள் வேறு யாரும் இருக்க முடியாது. மகிழ்ச்சி அடைவேன் என்று சொல்லும்போது, திருப்தியடைவேன் என்று நான் சொல்லத் தயாராக இல்லை. ஏனெனில், நாங்கள் அடைய வேண்டுமென்று கருதுகிற லட்சியத்தில் ஓரளவுதான் அது தருகிறது.

திராவிட முன்னேற்றக் கழகத்தின் பழைய ஏடுகளையெல்லாம் காங்கிரஸ் நண்பர்கள் இப்போது படிக்கிற பழக்கத்திற்கு வந்திருக்கிறார்கள். பழைய 'நம்நாடு', 'முரசொலி' இவற்றைப் படித்தால் நாங்கள் சொல்வதைப் புரிந்து கொள்வார்கள்.

அப்போது தேசிய மொழிகள் 14ஆக இருந்தன. இந்தியாவின் தேசிய மொழிகள் அனைத்தையும் ஆட்சி மொழிகளாக ஆக்கப்பட வேண்டும்; அப்படி ஆக்கப்படுகிற காலம் வரையில், ஆங்கிலம் தொடர்ந்து ஆட்சிமொழியாக நீடிக்க வேண்டும் என்பது எங்கள் கழகத்தின் தீர்மானம் திட்டம், அது நிறைவேறுகிற வரையில் நாங்கள் முழுத் திருப்தி அடைவோம் என்று சொல்வதற்கில்லை.

ஆனால், இப்போது வந்திருக்கிற சட்டம் இருக்கிறதே, இது உங்களுக்கு எப்படிப்படுகிறது என்று கேட்டார்கள். அது எனக்கு எப்படிப்படுகிறதென்றால், மழை பெய்கிறபோது குடை பிடிக்கா விட்டாலும் தலைக்கு மேலே துணியை வைத்துக்கொண்டு பிடித்துக் கொள்வதுபோல். உடனடியாக இந்தி வந்துவிடாமல் ஆங்கிலத்தை வைத்துத் தடுக்கிறோம். அப்படித் தடுத்துக் கொண்டிருக்கும் போது, 14 மொழிகளுக்காகவும் பாடுபட்டு அவற்றை வளரச் செய்து - திரு. பாலசுப்பிரமணியம், திரு. சங்கரய்யா அவர்கள் சொல்வதுபோல் இந்திய அரசு இந்திக்கு மட்டும் சலுகை காட்டுகிற அந்தத் திட்டத்தை மாற்றி, எல்லா மொழிகளுக்கும் சம அந்தஸ்து கொடுத்து, எல்லா மொழிகளின் வளர்ச்சிக்கும் அதற்குரிய சலுகைகளைக் கொடுத்து வளரச் செய்வார்களேயானால், நாம் அந்த நிலைக்கு வரமுடியும்.

அதுவரை, கொஞ்சம் பல்லைக் கடித்துக் கொண்டு பொறுத்துக் கொள்ள வேண்டும். அப்படிப் பொறுத்துக் கொள்கிற நிலையில் இந்தி நுழைந்து விடுமேயானால், பிறகு நாம் தலைதூக்க முடியாது என்பதால், இந்த மொழிச் சட்டம், இந்தி வரும் வேகத்தைத் தடுக்கிறது.

அதுவரையில் நாட்டு மக்களுக்கு ஓர் ஆதாயம் இருக்கிறது என்பதில் அய்யமில்லை. நான் அதுபற்றி அபிப்பிராயம் சொல்வதாக இங்குக் குறிப்பிட்டார்கள். நான் மிகுந்த ஜாக்கிரதையோடு அபிப்பிராயம் சொன்னேன்.

பிரதம மந்திரி அவர்கள் என்னைக் கேட்டபோதும் சொன்னேன் - பத்திரிகை நிருபர்கள் கேட்ட போதும் சொன்னேன்: "எங்களைப் பொறுத்தவரையில் எங்கள் கழகத்தின் லட்சியம் - தேசிய மொழிகள் எல்லாம் ஆட்சி மொழியாவதைத்தான் எங்கள் இலட்சியமாகக் கருதுகிறோம். இதுவரையில் ஆங்கிலம் தொடர்ந்து ஆட்சிமொழியாக நீடிக்க வேண்டுமென்ற அளவிற்கு சட்டம் வருகிறது என்ற முறையில் நாங்கள் திருப்தி அடையாவிட்டாலும், ஒரு குறிப்பிடத்தக்க பகுதி மக்கள் திருப்தி அடைவார்கள்" என்று சொன்னேன். அதற்குப் பிறகு தீர்மானத்தைப் பார்த்தவுடன், நான் தகுந்தவர்கள் மூலம் சொல்லி அனுப்பினேன்.

இந்தத் தீர்மானம், சட்டம் கொடுப்பதைப் பறித்துக் கொள்வதாயிருக்கிறது. இது இந்திக்காரர்களின் எதிர்ப்புக்குப் பயந்து நீங்கள் போடுவதாயிருந்தாலும், இது உள்ளபடியே இந்தச் சட்டத்தின் மூலம் கிடைக்கவேண்டும் என்று எதிர்பார்க்கிற பலனை அது பறித்துவிடும்.

இதோடு இணைந்து அது வரும் என்றால் எங்கள் கழகம் வாக்களிக்காது என்று பிரதமரிடம் தெளிவுபடுத்தினேன். நான் தெளிவுபடுத்தியும் அவர்கள் தள்ளிவிட்டதில் ஆச்சரியப்படுவதற்கில்லை.

அது நிறைவேற்றப்படாத நாளில், பங்களூர் என்று கருதுகிறேன், அப்போது அகில இந்திய காங்கிரஸ் கட்சித் தலைவராக இருந்த காமராஜ் அவர்கள் தெளிவாக, ஒரு பத்திரிகைக்கு ஓர் அறிக்கை கொடுத்தார்கள்.

"இத்தீர்மானம் சரியல்ல, இந்தத் திருத்தத்தோடு நிறைவேற்றக் கூடாது" என்று அவர்கள் அறிக்கை கொடுத்தார்கள். ஆனால், அவர்கள் டெல்லிக்குப் போய்ச் சேருவதற்குள் அதை நிறைவேற்றிப் பத்திரிகைகளில் செய்தியைப் போட்டு அதைப் படிக்கும் படியாகத்தான் செய்தார்களே தவிர, காமராஜரின் வார்த்தைக்கு உரிய மதிப்பு அளிக்கவில்லை.!

உள்ளபடியே அரசியல் கட்சி வேறுபாடுகள் எப்படியிருந்தாலும், தமிழன் என்ற முறையில் மிக எளிய குடும்பத்தில் பிறந்து இந்தியா முழுவதும் பாராட்டத்தக்க நிலையைப் பெற்ற ஒரு பெருமகன் இங்கு இழிவுபடுத்தப்பட்டார் என்ற வகையில், அதை மிகப் பலமாக கண்டிப்பதற்கும் வருத்தப்படுவதற்கும் எல்லாத் தமிழர்களுக்கும் உரிமை இருக்கிறது.

ஆனால், இதில் வருந்தத்தக்கது என்னவென்றால்-ஆச்சரியப்படத் தக்கது என்னவென்றால் அவருடைய வார்த்தையைப் பிரதமர் கேட்காதது மட்டுமல்ல, காங்கிரசிலிருந்து தேர்ந்தெடுக்கப்பட்டு பாராளுமன்றத்தில் இடம் பெற்றிருக்கிற இரண்டு மூன்று பாராளுமன்ற உறுப்பினர்கள் - (நல்லவேளையாக இரண்டு மூன்று பேர், இன்னும் அதிகம் பேர் இருந்தால் இந்த அசிங்கம் அதிகமாகத் தெரிந்திருக்கும்) பாராளுமன்றத்தில் இரண்டு - மூன்று பேர், ராஜ்ய சபையில் இரண்டொருவர், இவர்கள் பேச்சுகளைப் படித்துப் பார்த்தீர்களேயானால் தீர்மானத்தையும் சேர்த்துத்தான் ஆதரிக்கிறார்கள் - தீர்மானத்தையும் ஆதரிக்கிறார்கள், சட்டத்தையும் ஆதரிக்கிறார்கள்.

நண்பர் கருத்திருமன் அவர்கள் கேட்கிறார்கள் - "சட்டம் வந்தவுடனே எல்லாக் கட்சிகளையும் சேர்ந்தவர்களைக் கூட்டிப் பேசியிருக்கக் கூடாதா?" என்று.

இந்தத் திருத்தத் தீர்மானத்திற்குப் பிறகு தமிழ்நாடு காங்கிரஸ் கமிட்டி கூடிற்றா? காமராசர் அவர்கள் சொல்லியிருப்பதை எதிர்த்துப் பாராளுமன்றத்தில் ஓட்டுப் போட்டார்களே, கேட்டீர்களா? கேட்காதது மட்டுமல்ல. நான் சொல்லுகிற வரையில் அப்படிச் சிலர் ஓட்டுப் போட்டு விட்டார்கள் என்று வருத்தம் தெரிவித்தீர்களா?... இனியாவது தெரியுங்கள். ஏனென்றால் இன்றைக்கு ஒரு தொடர்பு இல்லாமல் போய்விட்டது.

ஒரு கட்சிக்கும் இன்னொரு கட்சிக்கும் தொடர்பு இல்லாதது மட்டுமல்ல, ஒரு கட்சிக்குள்ளேயே தொடர் இல்லாமல் போய் விட்டது. காமராசர் அவர்கள் ஓர் அறிக்கை விடுகிறார். அவருடைய கட்சியைச் சேர்ந்த பிரதமர் அதைக் கேட்காமல் தீர்மானத்தை நிறைவேற்றுகிறார்.

அவருடைய கட்சியைச் சேர்ந்த உறுப்பினர்களே அவர் சொல்லியிருப்பதை எதிர்த்துப் பாராளுமன்றத்தில் ஓட்டுப் போடுகிறார்கள். இவ்வளவும் நடந்த பிறகு இப்போதுதான் சொல்லுகிறீர்கள் "ஓஹோ, நிறையத் தவறு இருக்கிறது; தீது இருக்கிறது, சங்கடம் இருக்கிறது என்று, காலங் கடந்து நீங்கள் கண்டுபிடித்தீர்களே" என்று பாராட்டக் கடமைப்பட்டிருக்கிறேன்.

இவற்றை நீக்க நீங்கள் எடுத்துக்கொள்ளும் முயற்சிக்கு என் முழு ஒத்துழைப்பு உண்டு; அப்படி நான் ஒத்துழைப்புத் தருகிற நேரத்தில் மற்றதை விட்டுவிட்டு ஒத்துழைப்பைக் கொடு என்று கேட்க மாட்டீர்கள் என்று நினைக்கிறேன்; அவர்கள் தங்கள் கொள்கை எப்படிச் சிலாக்கியமானது என்று கருதுவார்களோ, அதே மாதிரி நானும் கருதுவதற்கு எனக்கு உரிமை அளிப்பார்கள் என்று நினைக்கிறேன்.

தீர்மானத்தைப் பொறுத்தவரையில் ஏற்பட்டிருக்கக் கூடிய சங்கடங்களை நீக்க யார் முயற்சி எடுத்துக் கொண்டாலும், அதற்குத் துணை நிற்கத் தயாராக இருக்கிறேன். நண்பர் கருத்திருமன் சொன்னார் "திரு. சுப்பிரமணியம் இவரைக் கையைக் காட்டுகிறார்; இவர் அவரைக் கையைக் காட்டுகிறார். எனக்கு ஒன்றும் புரியவில்லையே" என்று. ஒன்றும் புரியவில்லை என்பதல்ல. அவருக்கும் சில சங்கடங்கள்.

இப்போதுதான் தமிழ்நாடு காங்கிரஸ் கமிட்டியின் தலைவராக வந்திருக்கிறார்; அவர் இனிமேல்தான் காலை ஊன்றி நிற்க

வேண்டும்; நிற்பார் என்று கருதுகிறேன், நிற்க விடுவார்கள் என்று எண்ணுகிறேன்; நிற்க வேண்டுமென்று ஆசைப்படுகிறேன்.

அப்படி நின்ற பிறகு, என்னிடத்தில் கூட கேட்காமல் பல காரியங்களைச் செய்ய முடியும்; ஆகையால்தான் இன்றைய தினம் நான் செய்யவேண்டுமென்று கருதுகிறார்.

அதோடு மட்டுமல்ல, முதலமைச்சர் அல்லவா இதைச் செய்ய வேண்டும்? என்று கருதுகிறார்.

முதல் அமைச்சர் பதவியை நான் எப்படிக் கருதுகிறேன் என்பதற்கும், அவர் எப்படிக் கருதுகிறார் என்பதற்கும் கொஞ்சம் வித்தியாசம் இருக்கிறது. நான் முதல் அமைச்சர் என்பதால் உடனே நான் சொல்வதை எல்லாரும் கேட்பார்கள் என்ற எண்ணம் எனக்கில்லை.

நான் சொன்னதைக் கேட்டுக்கொண்டு இருந்தவர்கள் தொகை, மார்ச் 5ஆம் தேதி இருந்ததைவிட, மார்ச் 6ஆம் தேதியிலிருந்து குறைவு: ஆட்சிக்கு வந்தால் அந்தச் சரிவு ஏற்படத்தான் செய்யும்.

உள்ளத்தில் பட்டதை எடுத்துச் சொல்லக் கட்சித் தலைவரால் முடியும் அளவுக்கு, ஆட்சித் தலைவரால் முடியாது. ஆகையால்தான் கட்சித் தலைவராக இருப்பதை வாய்ப்பாகக் கருதி, "நீங்கள் சொல்லலாமே? என்னைவிட உங்களுக்கு திரு. பிரும்மானந்த ரெட்டி அவர்களும், திரு.நிஜலிங்கப்பா அவர்களும் நீண்ட நாள் நண்பர்களாயிற்றே!" என்று சொன்னேன்.

நம் நண்பர் மார்ட்டின் இளைஞர் 33வயது. அவர் கேட்டார் – "உனக்கும் திரு. நம்பூதிரிபாத் அவர்களுக்கும் சிநேகமாமே?" என்று. திரு. நம்பூதிரிபாத் லெஃப்ட் கம்யூனிஸ்ட்; நாங்கள் திராவிட முன்னேற்றக் கழகம்; திராவிட முன்னேற்றக் கழகமும் லெஃப்ட் கம்யூனிஸ்ட்டும் தோழமைக் கட்சிகளாக இருக்கின்றன; இப்படி இழுத்தால் கொஞ்சம் நெருங்கிப் பார்க்கலாம் என்று அப்படிக் கொண்டுபோய் இணைக்கிறார்.

திரு. நம்பூதிபாத் அவர்களும், திரு. சுப்பிரமணியம் அவர்களும் பிரிவிகவுன்ஸில் வரை போய் வழக்காடினார்களா என்ன? (சிரிப்பு) பரம்பிக்குளம் ஆளியாறுத் திட்டம் குறித்து முதல் ஒப்பந்தம் ஏற்பட்டதே சுப்பிரமணியம் காலத்தில்தான்! ஏதோ மரியாதைக் குறைவாகச் சொல்லுவதாக எண்ணக் கூடாது. என் நெருங்கிய நண்பர் என்ற முறையில்தான் சொல்லுகிறேன்.

நான் முதலமைச்சர் ஆனவுடனே, பரம்பிக்குளம் - ஆளியாறுத் திட்டம் சம்பந்தமாகக் கேரள முதலமைச்சரை இரண்டு தடவை சந்தித்தேன் - ஒன்றும் தேர் நகரவில்லை . இந்தப் பிரச்சினையில் திரு. சுப்பிரமணியம் அவர்கள் செய்ய வேண்டிய காரியம் இன்னும் நிரம்ப இருக்கிறது என்று மறுபடியும் வலியுறுத்திச் சொல்லுகிறேன்.

'எவேடிங் தி இஷ்யூ' என்று சொல்வதை, நழுவி விடுகிறார்கள் என்று குறிப்பிட்டார்கள். ஆங்கிலத்திலிருந்து தமிழுக்கு வரும்போது கொஞ்சம் நழுவிப் போய்விடுகிறோம். "நழுவி விடுகிறோம்" என்றால், கொஞ்சம் தப்பு அர்த்தம் ஏற்படும்.

"எவேடிங் தி இஷ்யூ" என்றால் தப்பு அர்த்தம் கொடுக்காது. திரு மார்ட்டின் அவர்கள் தன் வழக்கை எடுத்து வாதாடும் போது தனக்குப் பலவீனமான குறிப்பைப் படிப்பாரா? - அதை எதிரி வக்கீல் அல்லவா கிளப்புவார்?

'ஆர் யூ எவேடிங் தி இஷ்யூ' என்று சொன்னதால்தான் பலன் கிடைத்தது. ஒரு வாரத்தில் சொல்லுகிறார். "நான் ஒன்றும் நழுவ வில்லை; அப்படி நழுவும் பழக்கம் எனக்கில்லை; இன்னும் சொன்னால், நான் எல்லாவற்றிலும் தலையிடுகிறேன் என்று எனது நண்பர்கள் குறை சொல்லுகிறார்கள். அது வளராமல் இருக்க வேண்டும்" - இப்படிக் குறிப்பிட்டுவிட்டு மகிழத்தக்க செய்தி சொன்னார்: "திரு. பிரும்மானந்த ரெட்டி அவர்களையும், திரு நிஜலிங்கப்பா அவர்களையும் நான் பார்த்துக் கொள்கிறேன்; திரு. நம்பூதிரிபாத் அவர்களை நீ பார்த்துக்கொள்" - எனக்கு மூன்றில் இரண்டு பங்கு பளு குறைந்தது.

நான் எப்போதும் திருவள்ளுவரைப் பார்த்துவிட்டுத் தான் வார்த்தைகளைப் பயன்படுத்துகிறேன். வார்த்தைக்குப் பயன் இருந்தால்தான் பயன்படுத்துவேன், இல்லாவிட்டால் பயன்படுத்த மாட்டேன். திருமார்ட்டின் அவர்கள்கூட அந்த மாதிரித்தான் என்று நினைக்கிறேன்.

சட்டமன்றத்தில் யார் யார் எந்தெந்தப் பேச்சு பேசுவது என்று பிரித்துக் கொள்ளுவது எங்களுக்குப் பழக்கம் இல்லை. உங்களுக்கு அந்தப் பழக்கத்தை ஏற்படுத்திக்கொண்டு முறைபோட்டுக் கொண்டீர்களோ என்னவோ? அதில் தவறு இல்லை. திரு. சுப்பிரமணியம் அவர்கள் இன்னும் பங்குகொள்ள நிரம்ப இடம் இருக்கிறது. இந்தப் பிரச்சினையைப் பொறுத்த வரையில் தீர்மானத்தினால் ஏற்படுகின்ற சங்கடங்களைப்

பொறுத்தவரையில், இவர்கள் ஈடுபட வேண்டுமென்று விரும்பி வேண்டிக் கேட்டுக்கொள்ளுகிறேன்.

இந்தத் தமிழ்ப் பாடமொழி - பயிற்சிமொழி என்ற பிரச்சினையைப் பொறுத்தவரையில் பல்வேறு கருத்துகளெல்லாம் சொல்லப்பட்டன. நான் ஆங்கிலத்தைப் புறக்கணிக்கிறவன் அல்லன். ஆனால், ஆங்கிலம் தான் இருக்கவேண்டும்; தமிழ் அதற்கு உரிய இடத்தைப் பெற வேண்டாம் என்ற எண்ணம் கொண்டவனும் அல்லன்.

ஆங்கிலம் எந்தெந்தக் காரியங்களுக்குப் பயன் படுத்தப் படுகிறதோ. அந்த அந்தக் காரியங்களுக்கு இந்தியாவில் உள்ள மொழிகளில் எது தகுதி உள்ள மொழி என்றால், அது தமிழ் மொழி என்று சொல்லத் தயங்கமாட்டேன். அவ்வளவு வளம் உள்ள மொழி.

சென்றமுறை பேசியபடி எல்லாக் கல்லூரிகளிலும் பாடப் புத்தகங்கள் தயாரிப்பது, ஆசிரியர்களைத் தயாராக்குவது ஆகிய காரியங்களில் கொஞ்சம் தயக்கம் காட்டப்பட்டு வருகிறது.

என்னுடைய திருத்தத்தில் அவர்கள் குறிப்பிட்ட அதையும் இணைத்திருக்கிறேன். அய்ந்து ஆண்டுகளுக்குள் தமிழகத்தின் எல்லாக் கல்லூரிகளிலும் தமிழைப் பாடமொழியாகவும், பயிற்சி மொழியாகவும் கொண்டுவர அரசு நடவடிக்கை எடுத்துக் கொள்ளும். நடவடிக்கை எடுத்துக்கொள்ளுவது மட்டுமல்ல. அடுத்த ஆண்டிலேயே சர்க்கார் கல்லூரிகள் அத்தனையிலும் தமிழ் ‘பாடமொழி’ ஆகும் என்பதை இன்றையதினம் அறிவிக்க விரும்புகிறேன்.

நண்பர் வினாயகம் குறைபட்டுக்கொண்டார். “மாணவர்களைப் பிடித்து இழுக்கிறீர்கள். அவர்கள் ஓடி ஓடிப் போகிறார்கள் உங்கள் ஆட்சியில்” என்று. ஊரில் இருக்கிற எல்லாத் தொல்லைகளையும் நாங்கள் வந்தவுடன் எங்கள் மேல் போடுகிறீர்கள். ஆனால், புள்ளிவிவரம் அப்படிச் சொல்லவில்லை. நீங்கள் *1966-1967*இல் இருந்தீர்கள் - அந்த ஆண்டு பி.யூ.ஸி.யில் தமிழைப் பாடமொழியாகக் கொண்டு படித்தவர்களின் எண்ணிக்கை *4600*.

1967-1968 இல் பாவிகள் நாங்கள் வந்தோம். குறைந்து விட்டது என்று அல்லவா சொன்னார்கள்? ஆம். 4,600/- ஆக இருந்தது. 6364 ஆகக் குறைந்துபோய் விட்டது..

திரு.கே.வினாயகம்: எண்ணிக்கையைப் படித்துக் காட்டியதில் உயர்ந்திருக்கிறது என்று சொல்லலாம். ஆனால், அது எவ்வாறு உயர்ந்தது? அவர்களுக்கு வேறு வகுப்புகள் தரமாட்டோம் என்று முதல்வர்கள் மிரட்டி 'நீங்கள் தமிழ் எடுத்துக் கொள்ளவில்லை என்றால் போய்விடுங்கள்' என்று சொல்வதனாலே, அந்தப் பிள்ளைகள் வேறு வழியில்லை என்று சேர்ந்திருக்கிறார்கள் என்பது தெரியுமா?

முதலமைச்சர் அறிஞர் அண்ணா: அவர்கள் குற்றச் சாட்டு என்று கருதிக்கொண்டு இதனைச் சொன்னார்கள். ஆனால், அதே முறையை எல்லா முதல்வர்களும் கையாளவில்லையே என்று தான் நான் வருத்தப்படுகிறேன்.

அடுத்த வருடம் சர்க்கார் கல்லூரிகளிலே தமிழ், பாட மொழியாக இருக்கும் என்பது மட்டும் அல்ல; ஆங்கிலப் பிரிவு அகற்றப்படும் என்பதையும் தெரிவித்துக் கொள்ளுகிறேன். ஆனால், அதே நேரத்தில் ஆங்கில அறிவுப் புலமை வராமற் போனால் உலகத்திற்கும் நமக்கும் இருக்கும் தொடர்பு நல்லவிதத்திலே இருக்காது. இதைப்பற்றி டாக்டர் ஹாண்டே அவர்கள் சொல்வதை வரவேற்கிறேன்.

ம.பொ.சி. அவர்கள்கூட, ஆங்கிலத்தை 'ஒரு மொழி' யாகப் படிப்பதை மறுக்கவில்லை என்கிறார்கள். ஆகையால் விரைவில் பல்கலைக்கழகத் துணை வேந்தரைக் கலந்து தமிழைப் பாடமொழியாகவும் பயிற்சி மொழியாகவும் ஆக்கி, அதனால் ஆங்கில அறிவு குறையும் என்று கருதினால், ஆங்கில அறிவை அதிகப்படுத்த என்ன என்ன வழிகளை மேற்கொள்ளலாம் என்பதைப் பற்றி ஆராய்ந்து, ஆங்கில அறிவும் கெடாமல் - தமிழ் உரிமையும் பாதுகாக்கப்படக்கூடிய அளவில் நம்முடைய கல்வித்திட்டம் திருத்தி அமைக்கப்பட வேண்டும் என்பதையும் நான் இந்த நேரத்தில் தெரிவித்துக் கொள்ள விரும்புகிறேன்.

மற்றபடி முன்னாலே அப்படிப் பேசினோம், இப்பொழுது இப்படிப் பேசுகிறோம் என்று சொல்லுவது, பத்திரிகைகளிலே இங்குமங்கும் பார்த்துவிட்டு அதைக் கொண்டு அப்படிப் பேசுகிறார்கள். ஒன்றை நம்முடைய நண்பர்களுக்குச் சொல்லிக் கொள்ள விரும்புகிறேன். அது இத்துடன் தொடர்புடையதல்ல என்றாலும், அவ்வளவு சுலபத்திலே பிடி கிடைக்குமாறு நான் தவறுகள் செய்யமாட்டேன். ரொம்பத் தேடித் தேடிப் பார்ப்பதை விட்டுவிட்டு வேறு ஏதாவது இருந்தால் பார்க்கலாம். அவ்வளவு

சுலபத்தில் பிடி கிடைக்காது. ஏனென்றால், சுயமரியாதைக் காலத்திலேயிருந்து, எதையும் துருவித் துருவி ஆராய்ந்து பழக்கப்பட்டவன் நான். மற்றவர்களும் துருவித் துருவிப் பார்ப்பார்கள் என்று எனக்குத் தெரியும். ஆகையால், என்னுடைய வார்த்தைகள் தேர்ந்தெடுக்கப்பட்டவையாகத்தான் இருக்கும். அதை நம்முடைய வினாயகம் தான் புரிந்துகொண்டு சொன்னார் - "நீங்கள் நேரடியாக வரமாட்டேன் என்கிறீர்களே?" என்று. (சிரிப்பு)

அதுமட்டும் அல்ல. ரொம்பப் பெரிய பந்தயங்கள் போன்றவற்றிலெல்லாம்கூட இப்பொழுது சுற்றிச்சுற்றி வருகிறார்களே, நான்கு சுற்று அய்ந்து சுற்று என்று; அதிலே இரண்டாவது சுற்றிலே மெதுவாக இருப்பவன் நான்காவது சுற்றிலே முதலிலே வருவான்; அது வளைந்து போவதில் இருக்கிறது.

நேராகப் போனால் 'கோல்' போட இடமே கிடைக்காது, எனவே அவ்வாறு போவதில்லை. இப்படிப் பிடித்துக்கொள்ளலாம் என்று பார்க்கிறீர்கள். சிக்க மாட்டேன்.

ஆனால் 'உள்ளொன்று வைத்துப் புறமொன்று பேசுகிறவன்' என்று என்னைக் கருதாதீர்கள். எதைப் பற்றியும் ஒரு கட்டம் வைத்துப் பேசுகிறேன். எங்களுடைய இறுதி லட்சியம் 14 மொழிகள் தவிர, ஆங்கிலம், ஆங்கிலமே நீடித்திருக்க வேண்டுமானால், நேருவின் உறுதிமொழி நிறைவேற்றப்படவேண்டும்.

அதற்குக் கொண்டுவரப்பட்டிருக்கும் ஆட்சி மொழிச்சட்டமே தடையாக உள்ளது. அதனால் ஏற்படும் சங்கடங்களைத் தடுத்து நிறுத்துவதற்கே, இத்தீர்மானத்தைக் கொண்டு வருகிறோம். இதிலேயே திருப்தியடைந்துவிடுவோமா என்றால் மாட்டோம் நம்முடையை கம்யூனிஸ்ட் நண்பருக்குத் தெரியும். தொழிற்சங்கத்தைச் சார்ந்தவர்களுக்கும் தெரியும்.

முதலாளிகளிடம் கோரிக்கைகளை வைக்கும் பொழுது 25கோரிக்கைகளை வைப்பார்கள். ஆனால், அவர்களுக்குள் பேசிக் கொள்ளும்பொழுது, முதலாளி 7,9,11 டிமாண்டுகளை ஏற்றுக் கொண்டால் போதும் என்று சொல்வார்கள். 7,9,11அய் மட்டும் வைத்தால் முதலாளி 9ஆவது டிமாண்டை மட்டும் ஏற்றுக் கொண்டு 7ஆவது டிமாண்டையும் 11ஆவது டிமாண்டையும் தள்ளிவிடுவாரே என்பதற்காக, கோரிக்கைகளை வைக்கும் பொழுது, நிறையக் கோரிக்கைகளை வைத்து விடுவார்கள். அதுபோல் நம்முடைய கோரிக்கைகளை வைக்கும்போது நிறையக் கோரிக்கைகளை வைத்து

அவற்றில் எது எதிலே வெற்றி கிடைக்கும் எனப் பார்த்து, பிறகு மற்றவற்றிற்கு வரவேண்டும். இதை ரொம்பப் பெரியவர்கள் செய்தால் ராஜதந்திரம் என்பார்கள்.

சாதாரண ஆள் செய்வதால், நெளிகிறான், வளைகிறான் என்கிறார்கள். நீங்கள் பெரியவர்களாகி இத்தகைய காரியங்களைச் செய்து உலகம் உங்களை ராஜதந்திரி என்று பாராட்டினால், நான் மிகுந்த மகிழ்ச்சியடைவேன். மாற்றுவதற்காகச் செய்யப்படுவதே அல்ல; உள்ளத்திலே ஒரு துளியும் வஞ்சக நினைப்பில்லாமலேயே திட்டங்களையும், கொள்கைகளையும் வரையறுத்துக் கொண்டு வருகிறோம். நம்முடைய நண்பர் பூவராகன் அவர்கள் நிரம்பப் பேசினார்கள். பட்ஜெட் கூட்டத்திலேயும் நிரம்பப் பேசினார்கள். பதில் சொல்லவிட்டிருந்தால், அந்தச் சந்தர்ப்பத்திலே மொழியைப் பற்றிப் பேசலாம். இன்றே முடிந்துவிடுகிற பிரச்சினை அல்ல; இதை பட்ஜெட் விவாதத்திலே பேசப்போகிறோம்.

நான் கொண்டுவந்திருக்கும் திருத்தங்களை ஏற்றுக் கொண்டு, என்னுடைய நண்பர்கள் தங்களுடைய திருத்தங்களை வலியுறுத்தாமல், என்னுடைய திருத்தத்தோடு கூடிய தீர்மானத்தை ஆதரிக்க வேண்டுமென்று எதிர்க்கட்சித் தலைவர்களையும், எல்லாக் கட்சித் தலைவர்களையும் பணிவன்போடு கேட்டுக் கொள்கிறேன்.

★★★

மத்திய அரசுக்கு பலம் எதற்காக?

(தமிழ்நாடு முதலமைச்சராக இருந்த அறிஞர் அண்ணா அவர்கள் 28.7.1968 அன்று சென்னையில் ஆற்றிய உரை)

மாநில சுயாட்சி வேண்டும் என்று நாம் கேட்கிறபோது "இப்படிப் பேசுவது மத்திய அரசைக் குலைப்பதாகும். நாட்டுக்குப் பெருத்த ஆபத்து வரும்" என்று காங்கிரசார் கூறுகின்றனர். இது பற்றிய எனது விளக்கத்தைக் கூறும் முன்பு, அவர்களிடம் பணிவன்போடும், உறுதியோடும் கேட்டுக் கொள்வேன்.

நாட்டுக்கு ஆபத்து வரும் என்று அறிந்து கூறவும், நாட்டை வலிமையுள்ளதாக ஆக்கும் உரிமையும் - வழி காட்டும் திறமையும் உங்களைத் தவிர வேறு யாருக்கும் இல்லை என்று நினைத்துப் பேசிட முழு உரிமை யாரால் - எந்தக் காரணத்தால் - எப்போது - உங்களுக்கு அளிக்கப்பட்டது?

குழந்தை தெருவில் சென்றால் கார் வந்து மோதிவிடும்; அதற்கு ஆபத்து வரும் என்று உணர்ந்து அந்தக் குழந்தையைக் காப்பாற்றிட எல்லோருக்கும் உரிமையுண்டு; தேவையுமுண்டு. ஏதோ நாங்கள் பாதை தவறியவர்கள் போலவும் அவர்கள் தான் காப்பாற்றும் உரிமை படைத்த பாதுகாவலர் போலவும் பேசுவது ஏன்?

காங்கிரஸ் தலைவர்கள் இப்படிப் பேசுவது 15 ஆண்டுகளுக்கு முன் அனுமதிக்கப்பட்ட தவறாக இருக்கலாம். 20 ஆண்டுகளுக்கு முன் மக்களுக்கு இவையெல்லாம் புரியாத காரணத்தால் சரி என்று கூறி ஏற்றுக் கொண்டிருக்கலாம். ஆனால் விழிப்படைந்த இந்தக் காலத்தில் கூட அப்படிப் பேசுவது - ஆணவத்திற்கு எடுத்துக்காட்டு என்றுதான் உலகம் கருதும். காங்கிரஸ்காரர்களைத் தவிர நாட்டின்மீது மற்றவர்களுக்கு அக்கறை இல்லை என்பது பொருளற்றது; பொருத்தமற்றது; ஒதுக்கித் தள்ளப்பட வேண்டியது.

ஆனால், மத்திய அரசின் வேலை என்ன? நாடக மேடையில் வரும் இராஜா, மந்திரியை அழைத்து, "மந்திரி நமது மாநகர் தன்னில் மாதம் மும்மாரி மழை பொழிகிறதா?" என்று கேட்பானாம். அதுபோல் மாதம் ஒரு முறை மாநில மந்திரிகளை மத்திய மந்திரி டில்லியில் கூட்டி "பள்ளிக்கூடங்களில் கல்வி எப்படி இருக்கிறது? காலரா நோய் தடுக்கப்பட்டுவிட்டதா?" என்று கேட்டுக் கொண்டிருக்கிறார்கள். இப்படி தர்பார் பேச்சுப் பேசும் பொறுப்புதான் டில்லிக்கு இருக்கிறதே தவிர வேறு ஒன்றுமில்லை.

மக்களின் சுக துக்கத்தோடு பின்னிப் பிணைத்திருப்பது மாநில அரசு தானே தவிர - மத்திய அரசு அல்ல.

மக்கள் மீது அக்கறை இருக்கலாம் மத்திய அரசுக்கு. அது எப்படிப்பட்ட அக்கறை? குடிசைப் பகுதியில் தீப்பற்றியதும் மூன்றாவது மாடியிலுள்ள சீமான் - ஏதோ கரும் புகை தெரிகிறதே; பெரும் தீ விபத்துப் போலிருக்கிறதே என்று கூறுவானே, அதைப் போன்ற அக்கறைதான் அது.

ஆனால், குடிசைப் பகுதியில் தீப்பற்றியதும் பதறித் துடிப்பவர் யார்? அந்தக் குடிசைக்குப் பக்கத்தில் உள்ள குடிசைவாசிதான். அதைப் போல மாநில அரசினர்தான், மக்களின் குறைகளை நேருக்கு நேர் சந்திக்க வேண்டியவர்கள்.

அதிகாரம் தேவைக்கு அதிகமாக மைய அரசிலே குவிந்துவிட்டதால் என்ன நடக்கிறது? நான் அண்மையில் டில்லி உணவு அமைச்சகத்துடன் தொலைபேசியில் தொடர்பு கொண்டேன். எனக்குத் தொலைபேசியில் பேசும் சக்தி அதிகம் இல்லையாதலால் என்னுடைய நண்பரை விட்டுப் பேசச் சொன்னேன். உணவு அமைச்சர் ஜெகஜீவன்ராம் ஊரில் இல்லாததால் துணை அமைச்சர் ஷிண்டே என்பவர் பேசினார். கள்ளக்குறிச்சி சர்க்கரை ஆலையில் இருந்து சர்க்கரையை வெளிக் கொணரும் உத்தரவு டில்லியில்

இருந்து வராததால் பெருத்த நஷ்டம் ஏற்படும் என்ற விஷயத்தை அவருக்குக் கூற முயன்றோம்.

கள்ளக்குறிச்சி என்ற பெயரைப் புரிந்து கொள்ள 15 நிமிடம் ஆயிற்று. பெயரைப் புரிந்துகொள்ள முடியாததற்காக அவர் மீது நான் குற்றம் சாட்டவில்லை. சர்க்கரை ஆலை இப்போது தமிழ்நாட்டில்; அதைக் கட்டுப்படுத்தும் அதிகாரம் டில்லியில் என்று அதிகாரத்தைப் பிரித்துத் தந்தார்களே அவர்கள்தான் குற்றவாளிகள்.

ஆனால், மத்திய அரசின் வலிவு, அசாமிற்கு அச்சத்தைத் தர - தமிழ்நாடு தத்தளிக்க, கேரளத்திற்குக் கலக்கம் தருவதற்காகத்தான் என்றால், நமது சுதந்திரச் சிந்தனையைச் சிறுகச் சிறுக அழித்து சிந்திக்கும் திறனே இல்லாமல் ஆக்குவதற்குத் தான் என்றால்,

நமது கூட்டுச் சக்தியின் மூலம், நம்மில் ஒவ்வொருவருடைய வலுவையும் கொண்டு அந்த அக்கிரம வலிவைச் சிறுகச் சிறுகக் குறைப்பதுதான் எங்கள் கடமையாக இருக்கும்.

மத்திய அரசு பலமாக இருந்தது குப்த சாம்ராஜ்யத்தில்! மத்திய அரசு பலமாக இருந்தது மொகலாய சாம்ராஜ்யத்தில்! மத்திய அரசு பலமாக இருந்தது பிரிட்டிஷ் சாம்ராஜ்யத்தில்! ஆனால், இன்று அந்தச் சாம்ராஜ்யங்கள் எங்கே?

சரிந்த சாம்ராஜ்யங்களுடன் - இப்போது இருக்கிற சாம்ராஜ்யத்தை ஒப்பிடுவதற்கு உள்ளபடியே வருத்தப்படுகிறேன். அந்த சாம்ராஜ்யவாதிகள் - தங்கள் சாம்ராஜ்யங்களுக்கு அதிகமான வலிவு தேட முயற்சி செய்த ஒவ்வொரு நேரத்திலும் சரிவு தான் ஏற்பட்டது என்பதைச் சரித்திரமுணர்ந்தவர்கள் அறிவார்கள்.

அவுரங்கசீப் காலத்தில் இருந்த வலிவான மத்திய ஆட்சிக்கு ஒப்பான மத்திய ஆட்சியைச் சரித்திரத்தில் காண முடியாது. ஆனால், அந்தச் சாம்ராஜ்யம் என்ன ஆயிற்று என்பதைக் கொஞ்சம் சிந்தித்துப் பார்க்க வேண்டும்.

நமக்கிருக்கிற கவலை எல்லாம் - தூக்க முடியாத பாரத்தை மத்திய ஆட்சியினர் விரும்புகிறார்களே என்பதுதான். மத்திய அரசின் வலிவு என்பது மாநிலங்கள் ஒவ்வொன்றின் தனித்தனி வலிவையும் கூட்டியதால் ஏற்பட்ட மொத்த வலிவுதான் என்றால் வாதத்திற்கு ஏற்றது; அரசியலுக்கு நல்லது; காரியத்திற்கும் உகந்தது. ஆனால், மத்திய அரசுதான் எல்லா உரிமைகளையும், பலத்தையும்

வைத்திருக்கும்; மாநிலங்கள் தத்தித் தத்தி நடக்கும் அதிகாரம் தான் வைத்திருக்கும் என்றால், அது எதற்கும் பொருத்தமுடையதல்ல,

மாநில அதிகாரங்களை எல்லாம் எடுத்து மத்திய அரசு குவித்து வைத்துக் கொள்வதால், மாநிலங்கள் பலவீனமடையும் என்பது மட்டுமல்ல, மத்திய அரசுக்கென்று புதிய வலிவு ஏதும் ஏற்பட்டுவிடாது.

நாட்டுப் பாதுகாப்புத் தவிர மற்ற அதிகாரங்கள் அனைத்தையும் பற்றிச் சிந்திப்போம். மாநிலங்களுக்குத் தேவையான அதிகாரங்களை மாநிலங்கள் எடுத்துக் கொள்ளட்டும். பின்னர் மாநிலங்கள் விரும்பித் தருகின்ற மீதியுள்ள அதிகாரங்களை மத்திய அரசு எடுத்துக் கொள்ளட்டும்.

தற்போதுள்ள அரசமைப்புச் சட்டத்தை ஆராய்ந்து மாநில மத்திய அரசுகளுக்குள்ள அதிகாரப் பங்கீடுகளை மாற்றி அதிக அதிகாரங்களை மாநிலங்களுக்குத் தர வேண்டும். அதற்கான ஒரு குழு நியமித்து ஆராயவேண்டுமென்று நிருவாகச் சீர்திருத்தக் குழுவிடம் நான் யோசனை தெரிவித்துள்ளேன்.

இன்றைய தினம் மாநில அரசுக்குள்ள வேலை என்ன? மக்களுக்குச் சோறுபோடுவது - வேலை வாய்ப்புத் தருவது - தொழில் நீதியை நிலைநாட்டுவது - சுகாதாரத்தைப் பேணுவது - கல்விச் செல்வத்தை வளர்ப்பது போன்ற எண்ணற்ற வேலைகளைச் செய்ய வேண்டியது மாநில அரசு.

பலமான மத்திய அரசு வேண்டும் என்று கூறுகிறார்கள். மத்திய அரசுக்குப் பலம் எதற்காக? அந்தப் பலம் யாருக்கு எதிராக? என்பதையும் நாம் சிந்தித்துப் பார்த்திட வேண்டும்.

பலம் என்பது தனிப்பட்ட ஆளுக்கு இருக்கலாம்; தனிப்பட்ட அமைப்புக்கு இருக்கலாம்; மாநிலத் துரைத்தனத்துக்கு இருக்கலாம்; மத்தியத் துரைத்தனத்துக்கு இருக்கலாம். ஆனால், அந்தப் பலம் யாருக்காக - எதற்காகப் பயன்படுத்துவது என்பது பற்றி விளங்கிக் கொள்ளாமலும் விளக்கிச் சொல்லாமலும் பேசிக்கொண்டிருக்கிறார்கள்.

சீனாவின் ஆக்கிரமிப்புக்கு எதிராக மத்திய அரசுக்கு வலிவு தேவை என்றால், நிச்சயம் அந்த வலிவைத் தேடித்தரத் தயார்.

இப்படி கள்ளக்குறிச்சி சர்க்கரை ஆலையில் இருந்து, காட்பாடி சிறு தொழிற்சாலை வரை எல்லாவிதமான சிறு விஷயங்களிலும்

மத்திய அரசே அதிகாரத்தை வைத்துக் கொண்டிருப்பதன் விளைவு, பெரிய விஷயங்களில் அதிகக் கவனம் செலுத்த முடியாமல் போய்விடும் என்பதால்தான், அதிகாரங்கள் டில்லியில் குவிக்கப்படக்கூடாது என்கிறோம்.

ஆகவே, வலிவான மத்திய அரசு தான் பிரச்சினைகளைத் தீர்க்க முடியும் என்பது தவறு. மாநில சுயாட்சி தர தயக்கம் காட்டுவார்களேயானால், அளவுக்கு மீறிய அதிகாரங்களைத் தாங்கித் தாங்கிப் பாதுகாப்புப் போன்ற பெரிய விஷயங்களில் சோடை போய் விடுவார்களோ என்பதுதான் எங்கள் சந்தேகம்.

மேல் அதிகாரம் அனைத்தும் டில்லியில் இருப்பதை மாற்றிடத்தான், மாநில சுயாட்சித் தத்துவம் பிறந்துள்ளது.

(தமிழ்நாடு முதலமைச்சராக இருந்த அறிஞர் அண்ணா அவர்கள் 28.7.1968 அன்று சென்னையில் ஆற்றிய உரை)

★ ★ ★

முறியடிக்கப்பட முடியாத முப்பெரும் சாதனைகள்

- சுயமரியாதைத் திருமணச் சட்டம்,
- இந்தி ஒழிப்பு,
- 'தமிழ்நாடு' பெயர்மாற்றம்

பாலர் (கலைவாணர்) அரங்கில் 01.02.1968 தமிழ்நாடு பெயர்மாற்ற அறிவிப்புப் பொதுக்கூட்டத்தில் முதல்வர் அறிஞர் அண்ணா அவர்கள் ஆற்றிய உரை:

நீண்ட நாட்களுக்குப் பின்னர் நான் கலந்துகொள்கின்ற இந்த நிகழ்ச்சி தமிழகத்தில் வரலாற்றுச் சிறப்பு மிக்க நிகழ்ச்சியாக இருப்பதைக் கண்டு உங்களைப் போலவே நான் பெருமிதம் அடைகின்றேன்.

நான் இந்த மகிழ்ச்சி விழாவில் கலந்து கொண்டால், அதிகநேரம் பேசினால் உடலுக்கு ஊறு நேரக் கூடுமென்று என் உடல் நலத்தில் அக்கறையுள்ள டாக்டர்களும் நண்பர்களும் தடுத்தனர். ஆனால், அதை நான் ஏற்கவில்லை. இத்தகைய வாய்ப்பு ஒருவரது வாழ்க்கையில் ஒரு முறைதான் வரும்; பல முறை வருவதில்லை. இன்றைய தினம் நான் பேசுவதால் இந்த உடலுக்கு ஊறு நேருமென்றால் இந்த உடல் இருந்தே பயனில்லை என்று நான் கூறி,

எனது வேண்டுகோளை ஏற்றுக் கொள்ள வேண்டுமென்று மருத்துவர்களிடமும், நண்பர்களிடமும் கேட்டுக் கொண்டேன்.

பெறவேண்டுமென்று நினைத்ததை நாம் பெற்றிருக்கிறோம். அடைய வேண்டியதை நாம் அடைந்திருக்கின்றோம். அதை நாம் பெற துணை நிற்பவர்களுக்கு நன்றி தெரிவிக்கக் கடமைப்பட்டிருக்கிறோம்.

இங்கே தி.மு.க. ஆட்சி நடைபெறுவதால் மத்திய அரசு இந்தத் தீர்மானத்தை ஏற்றுக்கொள்ளாது என்று விவரம் புரியாத சிலர் கருதியிருந்தனர். விவரம் தெரிந்தவர்களோ, கோரிக்கையை ஏற்றுக் கொள்ளக் கூடாது என்று எடுத்துச் சொன்னதாகவும் அறிந்தேன். தமிழ்நாடு என்ற கோரிக்கையின் அடிப்படையில் உள்ள நியாயத்தை நான் எடுத்துச் சொன்னவுடன் டில்லி அரசினர் ஏற்றுக் கொண்டனர். அதையே காங்கிரசுக்காரர்கள் எடுத்துச் சொல்லியிருந்தாலும் ஏற்றுக் கொண்டிருப்பார்கள் அவர்கள் ஏன் எடுத்துச் சொல்லவில்லை? எனக்காக விட்டு வைத்திருக்கிறார்கள் போலும்.

வைதீக முறையில் இல்லாது மத சம்பந்தமில்லாத சுயமரியாதைத் திருமணங்கள் நாட்டில் ஏராளம் நடைபெற்றதும் அவை செல்லாது என்று கூறிவிட்ட நிலை இருந்தது. அவற்றைச் செல்லுபடி ஆக்கச் சட்டம் செய்தோம்.

தமிழ்நாட்டிற்கு இந்தி தேவை இல்லை எனக்கூறி சட்டமன்றத்தில் இந்தி ஒழிப்புத் தீர்மானம் கொண்டுவந்து அதை நிறைவேற்றினோம். பெயர் மாற்றத்தினையும் செய்திருக்கிறோம்.

- இம்மூன்றும் வரலாற்றில் என்றும் நிலைத்திருக்கச் செய்திருக்கும் சாதனைகளாகும். எங்களை ஆட்சியிலிருந்து நீக்கலாம். காங்கிரஸ் நண்பர்கள் - இப்போதே மெத்த அவசரப்படுகின்றனர். இன்னும் 5 ஆண்டுகள் கழித்தோ, 10 ஆண்டுகள் கழித்தோ எங்களை அனுப்பிவிட்டு இந்த இடத்தில் அவர்கள் வந்து உட்கார்ந்தால் கூட இவைகளை மறுபடியும் மாற்றும் துணிவு அவர்களுக்கு நிச்சயமாக இருக்காது. அப்படி அவர்கள் ஒரு கணநேரம் தலையைக்குனிந்து சிந்திக்கும்போது இதில் கைவைத்தால் என்னவாகும் என்று நினைக்கிற நினைப்பு இருக்கிறவரை ஆட்சியில் இருந்தாலும் இல்லாவிட்டாலும் திராவிட முன்னேற்றக்கழகம் ஆளுகிறது என்பதுதான் பொருள். எனவேதான் அவற்றை வரலாற்றுச் சிறப்புக்குரிய சாதனை என்று கூறுகிறேன்.

தமிழ்நாடு என்று பெயர் வைத்தால் மட்டும் போதாது. இந்தியாவில் குடியரசு உள்ளது உண்மையானால், தமிழ்நாட்டுக்கு அதிக அதிகாரமும், அதிக மான்யமும் கிடைத்திடவேண்டும். தமிழ்நாடு பெயர் மாற்றத்தை எதிர்த்தவர்கள் டில்லியிடம் அதிக அதிகாரம் வேண்டுமென்று நாம் கோரும் பொழுதும் மூர்க்கத்தனமாக எதிர்க்கத்தான் செய்வார்கள். அப்போது நாம் இந்த நன்னாளை மனதிற் கொள்ள வேண்டும். பெயர் மாற்றத்திற்கே இப்படி எதிர்ப்பு இருந்துதானே வெற்றி பெற்றோம் என்று நினைக்கவேண்டும்.

ஆகவே, இந்த நன்னாள் நமக்கு தமிழ்நாடு என்ற பெயர் கிடைத்ததற்கு மட்டு மல்ல; மற்றச் சிறப்புகளுக்கும் நம்மை அழைத்துச் செல்லும் தமிழ்நாட்டுக்கு உரிய அதிகாரம், தமிழ்நாட்டிற்கு எல்லா வகையிலும், ஏற்றங்கிடைக்கக்கூடிய ஓர் அரசியல் மாறுதல் நமக்குக் கிடைத்தாக வேண்டும். இந்தப் பெயர் மாற்றத்துடன் நமது பணி முடிந்துவிடவில்லை. தமிழர்களின் கவலையை, அவர்களின் வாழ்க்கைத் தரத்தை நாம் மாற்றி ஆக வேண்டும். தமிழர்களின் வாழ்க்கைத் தரம் உயர வேண்டும்.

இவ்வாறு தமிழக முதல்வர் அறிஞர் அண்ணா அவர்கள் கூறினார்.

★★★